बदलू या जीवनशैली

भाग ३

‘गतिमान संतुलन’ ह्या मासिकातील
निवडक संपादकीय लेखांचं संकलन

दिलीप कुलकर्णी

राजहंस प्रकाशन

बदलू या जीवनशैली : भाग ३
दिलीप कुलकर्णी

प्रकाशक
दिलीप माजगावकर
राजहंस प्रकाशन
१०२५, सदाशिव पेठ
पुणे ४११ ०३०
फोन : (०२०) २४४७३४५९
E-mail:rajhansprakashan1@gmail.com
Website:www.rajhansprakashan.com

Badalu Ya Jeevanshaili
Bhag : 3
Dileep Kulkarni

अक्षरजुळणी
हृषिकेश पाळंदे

मांडणी : अमेय कुलकर्णी

मुखपृष्ठ : गिरीश सहस्रबुद्धे

आवृत्ती पहिली : जानेवारी २०२३

राजहंस क्र : A-12-2023

किंमत : ₹ १२५/-

दोन पर्याय

कधी येतसे मनात शंका   सभ्यताच ही संपुन जाइल?
होइल सारा विनाश का; अन्   राखेतुन नवसर्जन होइल?

भोगी बनुनी लुटली सृष्टी   प्रदूषण, तसा केला कचरा
कडेलोट तो होउनि आता   विनाश व्यापक घडून येइल?

सर्वविनाशक वन्हीमध्ये   वा लाटांतें प्रलंयकारी
मानवसंगे पुरी सभ्यता   जळुनि, बुडुनि वा गाडुनि जाइल?

* * *

दशके शतके लोटतिल मग   नभ, जल, पृथ्वी विशुद्ध होइल
विषे होउनी विघटित सारी   सर्जन नव आकारित होइल!

वने पुन्हा वाढतील भूवर   त्यांच्या संगें फुलेल जीवन
जळीं अन् स्थळीं उत्क्रांतीची   पुन्हा प्रक्रिया आरभ होइल!

युगायुगांनी फिरुन एकदा   अवतरेल हो मानव येथे
असेल त्याच्यामधे तीच ती   मानवातली मूळ शहाणिव!

भोगवृद्धिचे ध्येय त्यागुनी   स्वीकरेल तो साधे जीवन
जगेल जीवन संयमितपणे   करेल मर्यादांचे पालन!

साधनत्व तो देइल भोगां   ध्येय मुक्तिचे असेल त्याचे
विकास होइल त्याचाही अन्   सृष्टीचे संधारण होइल!

टिकवुन ठेवुन शहाणीव ही   पथभ्रष्ट तो पुन्हा न होइल
निसर्गस्नेही नवी सभ्यता   पुनरुज्जीवित येथे होइल!

* * *

कळे न मजला एक परि की   आजच जर हे ठाउक सगळे
कशास करुनी चुका घोर त्या   विध्वंसाचे कारण व्हावे?
घटित भयंकर विध्वंसाचे   कशास त्या आमंत्रण द्यावे?
आजच करुनी कृतीत पालट   भद्र भविष्या का न रचावे?

—*दि.कु.*

('गतिमान संतुलना'च्या शेवटच्या—जानेवारी २०२२च्या—अंकातील कविता.)

'गतिमान संतुलन' ह्या मासिकातील निवडक संपादकीय लेखांच्या संकलनाचा हा तिसरा आणि शेवटचा भाग.

पहिल्या दोन भागांत ज्या संपादकीय लेखांचं संकलन आहे, ते लेख ग.सं.च्या पहिल्या १२ वर्षांतले होते : डिसेंबर २००१ ते नोव्हेंबर २०१३ ह्या कालावधीतले. ह्या भागात, त्यानंतरच्या ८ वर्षांतल्या संपादकीय लेखांचं संकलन आहे.

ह्या दोन दशकांच्या कालावधीत ग.सं.मधून माझा सातत्यानं प्रयत्न होता तो सध्याची विकास-संकल्पना; त्या अंतर्गत घडलेली विकासनीती; नि त्या अंतर्गत बनलेली जीवनशैली हे तिन्ही कसं चुकीचं आहे हे दाखवून देण्याचा; नि त्याचबरोबर विकासाची सम्यक् संकल्पना, धारणक्षम विकासनीती आणि संयमित उपभोगाची सुयोग्य जीवनशैली ह्यांची वांछनीयता आणि आवश्यकता प्रतिपादन करण्याचा. त्यातही ग.सं.चा भर हा विकासनीतीतल्या परिवर्तनासाठी प्रयत्न करण्यापेक्षाही 'प्रत्येकानं स्वत:च्या जीवनशैलीत परिवर्तनाला प्रारंभ करावा' ह्यावर होता. त्यासाठीची वैचारिक आणि व्यावहारिक मांडणी ह्या लेखांत असायची.

तरीही, हे लेख वाचल्यावर व्यावहारिक जीवनाविषयीचे पुरेसे तपशील ह्या लेखांतून मांडले गेलेले नाहीत असं वाचकांना जाणवलं, तर ते चुकीचं नाही. जीवनशैली 'का' बदलायला हवी, ह्याचाच ऊहापोह ह्या लेखांत अधिक करून आहे. त्या मानानं कृतींची चर्चा कमीच आहे. ह्यामागचं कारण असं की, एकदा विचार नीट समजले; आपला दृष्टिकोण योग्य झाला की, कृतीही योग्य प्रकारें कशा करायच्या हे आपलं आपल्यालाच समजू लागतं. कोणती संसाधनं वापरायची–कोणती नाही; कोणत्या ऊर्जा वापरायच्या–कोणत्या नाही; तंत्रज्ञानाचं आक्रमण कुठे-कसं रोखायचं... हे सारं आपलं आपल्यालाच कळू लागतं. त्यातूनही, जर कुणाला असे कृतींविषयीचे तपशील हवेच असतील, तर त्यांनी माझं 'दैनंदिन पर्यावरण' हे लोकप्रिय पुस्तक ('राजहंस'चंच) वाचावं, ही विनंती.

हे सर्व लेख 'नुसतेच वाचण्यासाठी' नाहीत. त्यांमागचा हेतू ग्रंथाच्या शीर्षकावरून स्पष्ट होतो : 'बदलू या जीवनशैली'! हे सारं लिखाण त्यासाठी आहे. ह्या ग्रंथांच्या नित्य वाचनातून वाचकांची जीवनशैली अधिकाधिक निसर्गस्नेही बनत जावो, ह्या कृतिशील परिवर्तनाची सर्वांकडून अपेक्षा.

ह्या ग्रंथाचे प्रकाशक, अक्षरांकनकार, मुखपृष्ठकार, मुद्रक ह्या सर्वांना कृतज्ञतापूर्वक धन्यवाद.

—*दिलीप कुलकर्णी*

कुडावळे ४१५७१२, ता.दापोली, जि.रत्नागिरी
भ्रमणभाष : ८६ ९८ १९ ५० ७६

अनुक्रम

५७

मागू तेच मिळेल

निवडणुकांच्या वेळी जनतेनं सध्याच्याच पद्धतीचा विकास न मागता 'सम्यक् विकासा'ची मागणी करायला हवी, असं सांगणारं एप्रिल २०१९च्या अंकाचं हे संपादकीय.

रावणाचा भाऊ कुंभकर्ण ह्याला सर्व देवांना नाहीसं करून टाकायचं होतं. म्हणून त्यानं घोर तपश्चर्या करून ब्रह्मदेवाला प्रसन्न करून घेतलं. ब्रह्मदेवानं त्याला यज्ञ करून स्वत:ची इच्छा पूर्ण करून घ्यायला सांगितली. 'हवा तो वर माग : मी तो तुला देईन' असं आश्वासन दिलं. त्याप्रमाणे कुंभकर्णानं यज्ञ सुरू केला. त्याची इच्छा आता पूर्ण होऊन सर्व देवांचा नाश होणार म्हणताना देवांचं धाबं दणाणलं. ते निद्रादेवतेकडे गेले आणि त्यांनी तिला काही तरी करण्याची विनवणी केली.

यज्ञ संपन्न झाला. आता वर मागण्याची वेळ झाली. कुंभकर्ण वर मागणार होता : 'निर्देवत्वमस्तु'. (सर्व देव नाहीसे होवोत.) पण, निद्रादेवतेच्या करामतीनं त्याला नेमकी त्या वेळेस जांभई आली आणि त्याच्या तोंडून शब्द बाहेर पडले : 'निद्रावत्वमस्तु'. (मला सतत झोप येवो.) तत्क्षणीं ब्रह्मदेव 'तथास्तु' म्हणाले आणि अंतर्धान पावले. तेव्हापासून कुंभकर्ण हा झोपेसाठी प्रसिद्ध झाला.

ही कथा आत्ता सांगण्याचं औचित्य हे की, सध्या लोकसभेच्या निवडणुका सुरू आहेत, नि तिथेही आपण जे मागू, तेच आपल्याला सत्ताधाऱ्यांकडून मिळणार आहे. शे-पाचशे रुपये, दारू, साड्या, टीव्ही... हे तर कोणत्याही पक्षाचा उमेदवार देईल. आपल्याला 'विकास' देणार आहे, तो सत्ताधारी पक्ष. तेव्हा आपण कोणता विकास मागायचा हे आपल्याला नीट विचार करून ठरवायचंय.

आपण जर सध्या ज्याला 'विकास' म्हटलं जातं तोच मागितला, तर सत्ताधीश आपल्याला तोच देतील. हा 'विकास' म्हणजे उपभोगांमधली वाढ; उत्पादनांमधली वाढ; GDPमधली वाढ. त्यामुळे, आपण जर 'उपभोग-वृद्धिमस्तु', 'उत्पादन-वृद्धिमस्तु', 'जीडीपी-वृद्धिमस्तु' असे वर मागितले; तर, 'तथास्तु' म्हणायला राज्यकर्ते टपलेलेच आहेत. कारण त्यात त्यांचा निहित स्वार्थ आहे. आपण जितके उपभोगवादी-चंगळवादी बनू, तितकं सर्व गोष्टींचं उत्पादन वाढेल. त्यातून उद्योगपती गबर होतील

आणि पक्षांना निवडणुकीसाठी लागणारा अफाट पैसा पुरवतील. त्यातून त्यांना पुन्हा सत्ता मिळेल. मात्र, ह्या बेसुमार उत्पादनापायी निसर्गाची अपरिमेय हानी होईल. दुसरीकडे, अतिरेकी उपभोगापायी आपण स्वत:ही शरीर-मनानं खंगत-संपत जाऊ. म्हणजेच, हे कुंभकर्णासारखे आपल्याच पायावर धोंडा पाडून घेणारे वर आहेत. GDP वाढेलही; पण, तो निसर्ग नावाचं भांडवल संपवत नेऊन. प्रचंड प्रदूषण-कचरा निर्माण करून. 'आहे रें'नी 'नाही रें'चं शोषण करून. आणि इतकं करूनही हा 'विकास' धारणाक्षम, टिकाऊ असा नसेलच. तो जितका अधिक प्रमाणात करावा, तितका अधिक लवकर तो संपुष्टात येईल. सारांश, ह्या तिन्ही वरांच्या रूपानं आपण 'विकास' नव्हे; तर 'विनाश'च मागत असू.

म्हणून आपण म्हटलं पाहिजे : 'सम्यक् विकासमस्तु'. शारीरिक, मानसिक, बौद्धिक आणि आध्यात्मिक ह्या चारही आंतरिक स्तरांवर व्यक्तीचा विकास झाला पाहिजे; आणि त्याचबरोबर कुटुंब, समाज, राष्ट्र आणि पर्यावरण ह्या चार बाह्य स्तरांवरही विकास व्हायला हवा. ह्या आठही अंगांचा एकाच वेळी, संतुलित असा विकास होणं म्हणजे 'सम्यक्' विकास.

अशा विकासासाठीची सर्वांत महत्त्वाची अट म्हणजे व्यक्तींनी आपले उपभोग संयमित ठेवणं. त्यांचं रूपांतर 'उपभोगवादा'त, किंवा 'चंगळवादा'त होणार नाही, ह्याविषयी सदैव दक्ष असणं. त्यासाठी आवश्यक असतो तो इंद्रियं आणि मन ह्यांचा संयम.

ह्याचाच दुसरा अर्थ हा की, 'सम्यक् विकास' ही मुळात 'राज्यकर्त्यांकडे मागण्याची' गोष्टच नाही. तो कुणी 'देणार' नसून प्रत्येक व्यक्तीनं स्वत:च्या आचरणातून तो वास्तवात उतरवायचा आहे. 'राज्या'नं करण्यासारखं काही असेल, तर ते एवढंच की, व्यक्तींना अशा तऱ्हेनं विकसित होण्यासाठी अनुकूल अशी विकासनीती राबवणं. उदाहरणार्थ, सध्या सर्व माध्यमं ही व्यक्तींना अतिरेकी उपभोगासाठी प्रवृत करत आहेत : इंद्रियं-मनावर संयम ठेवणं अशक्य करून टाकत आहेत. त्यामुळे, अशा सर्व जाहिराती, कार्यक्रम ह्यांवर बंदी घालणं, हे 'राज्या'चं धोरण असलं पाहिजे. नैसर्गिक संसाधनांचं शोषण, वा निसर्गाचं प्रदूषण करून अतिरेकी उत्पादन करायचं, नि ते जाहिरातींतून खोट्या गरजा निर्माण करून विकायचं; त्यातून आपली उखळं पांढरी करून घ्यायची, ही सध्याची उद्योगनीती आहे. व्यक्तींच्या विकासासाठी; दुर्बल घटकांचं शोषण थांबण्यासाठी, आणि निसर्गाचं शोषण-प्रदूषण थांबण्यासाठी अशा अतिरेकी उत्पादनावर बंदी घालून गरजेपुरतं उत्पादन, श्रमाधारित उत्पादन-पद्धती, स्थानिक उत्पादन-उपभोग अशा तऱ्हेची धोरणं 'राज्या'नं राबवायची.

पण, हे केव्हा होईल?—जनतेनं मागणी केली तर! जनताच जर चंगळवादी बनलेली असेल—वा जाणीवपूर्वक बनवली जात असेल—तर ती अशा मागण्या

करेलच कशी? मग ती सध्याच्याच पद्धतीचा विकास मागणार, नि राज्यकर्ते तो देणार. त्यांना हेच तर हवंय; कारण—वर पाहिल्याप्रमाणे—त्यातच त्यांचा स्वार्थ दडलेला आहे.

म्हणजेच, जर करण्याचं मूलभूत कार्य कोणतं असेल, तर ते म्हणजे 'जनतेचं प्रबोधन'. राष्ट्राची विकासनीती 'सम्यक् विकासा'नुकूल होण्यासाठी जनतेनं तशी मागणी करायची, तर आधी जनता जागृत आणि प्रबुद्ध हवी. 'काय मागायचंय' हे तिला नीटपणे, नेमकेपणे ठाऊक हवं आणि निवडणुकांच्या वेळी (किंवा एरवीही) तिनं तेच मागायला हवं.

* * *

ग.सं.च्या आणि ग्रंथांच्या माध्यमातून इतकी वर्षं मी हेच प्रबोधनाचं काम करतोय. तथापि, मुख्यप्रवाहाचा रेटा इतका जबरदस्त आहे की, ह्या विचारांकडे फारसं कुणी लक्ष देणार नाही, हे स्वाभाविक आहे. महाभारतात एक फार छान श्लोक आहे :

सुलभाः पुरुषाः राजन् सततं प्रियवादिनः ।
अप्रियस्य च पथ्यस्य वक्ता श्रोता च दुर्लभः ॥

—हे राजा, प्रिय असं बोलणारे पुष्कळ असतात; मात्र, अप्रिय आणि पथ्यकर असं सांगणारेही दुर्मीळ आणि ऐकणारेही. 'उपभोग सतत वाढते ठेवा; त्यासाठी सतत अधिक पैसा मिळवत राहा' हे सांगणारे पैशाला पासरी आहेत. पण, 'संयमित उपभोगातून सम्यक् विकास साधा' हे सांगणारेही दुर्मीळ; नि ते ऐकण्याचीही कोणाची तयारी नाही. आचरणात व्यापक परिवर्तन ही तर आणखीनच दुर्मीळ बाब. पण, कुणी ऐकत नाही, म्हणून सांगायचं थांबता येतं थोडंच?

अन् समजा चुकून एखाद्यानं हे ऐकायचं ठरवलंच(!), तरीही 'विपरीत विकास-नीतीच्या अंतर्गत एखाद्या व्यक्तीला/कुटुंबाला संयमित उपभोगाचं जीवन जगता येऊ शकेल का' असा प्रश्न त्याच्या मनात उभा राहतो, असा आमचा आजवरचा अनुभव आहे. आम्ही त्याचं उत्तर ठामपणे 'हो' असं देतो. आज भारताची विकासनीती बदलली जाणं जवळपास अशक्य दिसतं. पण, व्यक्ती वा परिवार मात्र आपली जीवनशैली बदलू शकतातच शकतात. 'दुचाक्या-चारचाक्यांचं कितीही उत्पादन होवो : मी सायकलच चालवणार' हे व्यक्ती निश्चितपणे ठरवू शकतात. 'शीतपेयांचं कितीही उत्पादन होवो : मी ती पिणार नाही' हे व्यक्ती, परिवार ठरवू शकतात. आपल्या घरात टीव्ही, फ्रिज, मिक्सर, ओव्हन, इ. यंत्रं नकोत हे ते ठरवू शकतात. कपडे, वस्तू, फर्निचर अशा बऱ्याच गोष्टींच्या बाबतीत व्यक्ती/परिवार 'संयमित उपभोगा'ची जीवनशैली स्वीकारू शकतात.

अशा प्रबुद्ध आणि सुबुद्ध व्यक्ती संख्येनं वाढून त्याच केव्हा तरी 'सम्यक्

विकास'नीतीची मागणी करतील. एक छान म्हण आहे : 'When followers lead, leaders follow'. आपण सारे मिळून 'सम्यक् विकासा'ची वाट चालायला लागलो की, सध्या आपल्याला विनाशाकडे नेणारे जे यच्चयावत् सर्व पक्षांचे नेते आहेत, ते आपल्या मागे येतील. अडचण आहे ती पुरेसं 'critical mass' नसल्याची. सततच्या प्रबोधनातूनच ते वाढेल : किंवा, कदाचित, विकासजन्य फटके आणि तडाखे अधिकाधिक जोरदार बसू लागल्यावर! पहिलं काम माझं—दुसरं निसर्गाचं.

५८

ठरवलं तर अशक्य नाही!

वागण्यातला संयम हा व्यक्ती ते सृष्टी ह्या सर्व स्तरांवरच्या आजच्या समस्यांवरचा एकमेव उपाय आहे हे सांगणारं, डिसेंबर २०१८च्या अंकाचं हे संपादकीय.

डॉ. जगन्नाथ दीक्षितांची आहार-पद्धत हल्ली बरीच लोकप्रिय झालेली आहे : दिवसातून दोनदाच खायचं-जेवायचं. अनेक जण मधुमेह-नियंत्रण वा वजन कमी करण्यासाठी ती अवलंबताना दिसतात. मला त्या पद्धतीविषयी काहीच म्हणायचं नाहीये. मला जाणवलेली बाब वेगळीच आहे. ती चांगली बाब अशी की, लोक स्वत:वर स्वत:हूनच असं बंधन घालून घेत आहेत! बऱ्याचशा चुकीच्या गोष्टी ह्या आपल्या मनावर आपलं नियंत्रण नसल्यानंच केल्या जातात. आपणच जर मनानं ठरवलं, तर अशक्य असं काहीच नाही!

मग, माझ्या मनात असा विचार येतो की, मधुमेह, स्थूलता ह्या समस्या जाणवल्यानंतर जर लोक अशा प्रकारचे निर्बंध स्वत:वर घालून घेत असतील; तर, अन्यही समस्यांकरता ते स्वत:वर निर्बंध घालून घेतील का? उदाहरणार्थ, सध्या सर्वच शहरांमधली हवा प्रचंड दूषित झालेली आहे. हे प्रदूषण श्वसनसंस्थेचे अनेक विकार निर्माण करतं. मग, किमान स्वत:ला होणारा ह्या प्रदूषणाचा त्रास टाळण्यासाठी म्हणून तरी लोक पायी वा सायकलनं ये-जा करतील का? नाकावर 'मास्क' वा

रुमाल बांधणं हा ह्यावरचा उपाय नाही; कारण, आपण चोवीस तास काही असे मास्क लावून वावरू शकत नाही. मग, शक्य तोवर खासगी वाहन न वापरणं; उगीचच केले जाणारे प्रवास टाळणं हे लोक करतील का? ठरवलं, तर हे अशक्य नाही!

यंदाचं वर्ष दुष्काळाचं आहे. सर्वत्रच पाण्याची टंचाई असणार आहे. मग, पाणी कमी वापरण्याचं आपण ठरवू शकू का? पिण्याच्या पाण्यात कपात करता येणार नाही; पण, तोंड धुण्याकरता, अंघोळीकरता २५% कमी पाणी वापरण्याचा निर्धार आपण करू शकू का? घरं, बाल्कन्या, अंगणातली फरशी रोज धो-धो पाणी ओतून धुण्याचं टाळू शकू का? संडासात ओतण्याकरता कपडे धुण्याचं पाणी बादल्यांत साठवून ठेवून ते वापरू शकू का?

पाऊस कमी झाल्यानं उन्हाळ्यात विजेचा तुटवडा निर्माण होणार, हे निश्चित आहे. मग, वीज कमी वापरण्याचे काही उपाय आपण निर्धारपूर्वक आचरणात आणू शकतो का? घरातले सर्व जण एकाच खोलीत कामाला बसले, तर बाकी खोल्यांतले दिवे-पंखे बंद ठेवता येतील. गरज नसताना जळणारे जिन्यांमधले, वा कुंपणांवरचे 'शो'चे दिवे बंद ठेवता येऊ शकतील. अंघोळीचं पाणी अगदी आवश्यक तेवढंच तापवून वीज (आणि पाणीही) वाचवता येईल.

अशा अनेक बाबी ह्या 'समस्यांवरचे उपाय' म्हणून करता येऊ शकतात. पण, मुळात, समस्या निर्माण होण्याचीच वाट का पाहायची? काहीही समस्या नसतानाही आहार-विहाराचे नियम पाळले, तर स्वास्थ्याच्या समस्या मुळात उद्भवणारच नाहीत! सकाळी लवकर उठणं, रोज व्यायाम करणं, खाण्यापिण्याच्या वेळा पाळणं, खाण्यापिण्याचे निर्बंध पाळणं, सर्व कामं ठरावीक वेळी करणं, लवकर झोपणं... प्रत्येकाचंच आचरण असं असण्याची गरज आहे. ह्या बाबींकडे उपचारात्मक किंवा प्रतिबंधात्मक बाबी म्हणून बघण्यापेक्षा 'विधायक आरोग्यासाठीची जीवनशैली' म्हणून बघणं आवश्यक आहे. एकीकडे त्यातून स्वास्थ्याचीही प्राप्ती होते, नि दुसरीकडे संसाधनांची, ऊर्जांची बचत होऊन प्रदूषणही टळतं. ती जीवनशैली आपोआप निसर्गस्नेही बनून जाते.

गीतेत कृष्ण ह्याच 'संयमा'विषयी सांगतो :

नात्यश्नतस्तु योगोऽस्ति न च एकान्तम् अनश्नतः ।
न चाति स्वप्नशीलस्य जाग्रतो नैव चार्जुन ॥
युक्ताहारविहारस्य युक्तचेष्टस्य कर्मसु ।
युक्तस्वप्नावबोधस्य योगो भवति दुःखहा ॥

—अतिरेकी खाणं किंवा अतिरेकी उपवास; अति झोप किंवा अति जागरण, असं वागणाऱ्यांना योगाची प्राप्ती होत नाही. म्हणून आहार, विहार, कामं, जागृती, झोप

हे 'युक्त' म्हणजे योग्य प्रमाणात हवं.

असा संयम हा व्यक्ती ते सृष्टी ह्या सर्व स्तरांवरच्या आजच्या समस्यांवरचं एकमेव उत्तर, उपाय आहे. आधी समस्या कमी व्हायला, नि मग ह्या सर्व स्तरांवर विधायक स्थिती निर्माण व्हायला आज—नव्हे, सदैवच—ह्या संयमाची आवश्यकता असते.

५९

नागरिकांचं 'उड्डाण' : पर्यावरणाचं 'बुड्डाण'

'वेळ वाचवण्याची' फार मोठी छुपी किंमत आपण पर्यावरणाच्या हानीच्या रूपानं मोजत असतो. 'उड़ान' ह्या उपक्रमाच्या उद्‌घाटनाच्या निमित्तानं तीकडे लक्ष वेधणारं, जून २०१७च्या अंकाचं हे संपादकीय.

गेल्या महिन्यात मा. पंतप्रधानांनी 'उड़ान' ह्या उपक्रमाचं उद्‌घाटन केलं : 'उड़े देश का आम नागरिक'. त्या अंतर्गत अनेक छोटी गावं विमानसेवेनं जोडली जाणार आहेत. 'ही सेवा सुरू झाल्यामुळे आता सामान्य माणसांचं विमानप्रवासाचं स्वप्न साकार होणार आहे' असं ते म्हणाले.

युरोप-अमेरिकेतले सामान्यजन असा विमानप्रवास मोठ्या प्रमाणावर करतात. त्यातून वेळ वाचतो, नि वेळेची किंमत ते प्रवासखर्चाच्या रूपानं मोजतात. तेवढा पैसा खर्च करण्याची त्यांची ऐपतही असते.

तथापि, आपल्याकडच्या जनसामान्यांना ही किंमत परवडणारी आहे? 'तासाला २५०० रुपये' असा ह्या विमानसेवेचा दर असणार आहे! ज्या देशातली ३३% जनता दारिद्र्यरेषेखाली जगते; १७% त्या रेषेच्या थोडीशीच वर आहे; २०% लोकांचं मासिक उत्पन्न ५ ते १०,००० रुपये आहे अशा—सुमारे तीन-चतुर्थांश—जनतेला तासाला २५०० रुपये खर्च करणं कसं परवडणार आहे, हे मोदीच जाणे. आपण 'तासाभराच्या प्रवासासाठी येणारा खर्च' असा विचार केला, तर जलवाहतुकीसाठी तो साधारण १० रुपये, (लाल) एस्टीसाठी ४० रुपये, रूळगाडीसाठी १५ ते ३०

रुपये (दर्जानुसार) असं तिकीट पडतं. त्या तुलनेत 'तासाला २५०० रुपये' हा दर कसा वाटतो?

दुसरा मुद्दा आहे वेळ वाचवण्याचा. एवढ्या वेगानं प्रवास करून, वेळ वाचवून, त्या वेळाचं माणूस काय करतो? कशाकरता वेळ वाचवायचा? व्यंकटेश माडगूळकरांच्या 'परवचा' ह्या लेखसंग्रहात दलाई लामांवरचा एक लेख आहे. त्यात एका घटनेचा वृत्तान्त आहे :

दलाई लामा स्त्रियांना भेटत नाहीत. पण, एका युरोपीय अधिकाऱ्याच्या बायकोला त्यांची भेट घ्यायचीच होती. ती कशीबशी मिळाली. आधुनिक स्त्रीची महती त्या धर्मगुरुला पटावी, म्हणून तिनं काही सचित्र मासिकं सोबत घेतली होती. त्यातल्या एकात एका साहसी, विक्रमी स्त्रीचा परिचय होता. ह्या महिलेनं विमान-उड्डाणाचा एक विक्रम केला होता. जे अंतर तोडायला सात तास लागत, ते तिनं केवळ ३ तास २० मिनिटांत तोडलं होतं.

दलाई लामांना तो अंक दाखवून ह्या बाई म्हणाल्या, "सर, बघा केवढं कर्तृत्व आहे हिचं. निम्म्या वेळात तिनं ते अंतर पार केलं!"

दलाई लामांनी शांतपणे विचारलं, "बट मॅडम, व्हाय हरी? कशासाठी एवढी घाई?"

—हा प्रश्न आपल्याला कधी पडतो का? पडायला पाहिजे; कारण, त्या 'वेळ वाचवण्याची' फार मोठी छुपी किंमत आपल्याला मोजावी लागत असते : पर्यावरणाच्या हानीच्या रूपानं!

वाहतुकीच्या विविध साधनांमध्ये विमानं हे साधन सर्वांत हानीकारक आहे. (म्हणूनच तर त्याला इतकी प्रतिष्ठा!) विमानांचा प्रति प्रवासी प्रति किलोमीटर इंधनवापर सर्वाधिक असतो. दुसरा क्रमांक खासगी वाहनांचा, तिसरा बसचा, चौथा रूळगाडीचा आणि पाचवा बोटींचा. रूळगाड्या ह्या विमानांच्या १/४; तर खासगी गाड्यांच्या १/३ इंधन वापरतात. इंधन विकत घ्यावं लागत असल्यानं त्या त्या साधनासाठीच्या भाड्यात ती किंमत आपोआपच प्रतिबिंबित होते : बोटीचा प्रवास सर्वांत स्वस्त; तर विमानप्रवास सर्वांत महाग. पण, न दिसणारी आणि मोजावी न लागणारी किंमत म्हणजे हवेच्या प्रदूषणाची. इंधनाचा वापर अधिक म्हणजे प्रदूषणही अधिक असा हा सरळ हिशेब आहे.

साहजिकच भारतीय नागरिकांचं अधिकाधिक उड्डाण, म्हणजे, दुसरीकडे, पर्यावरणाचं अधिकाधिक बुड्डाण असणार आहे.

अर्थात, अमेरिका असं करते, म्हणून भारतालाही तसं करण्याचा 'न्याय्य' अधिकार आहे!

६०

म्हणे 'प्रारब्ध'!

'प्रारब्धा'च्या आधारे उपभोगवादाचं समर्थन करणं चूक आहे हे ठासून सांगणारं, जून २०१६च्या अंकाचं हे संपादकीय.

'गीतारहस्या'त 'कर्मविपाक व आत्मस्वातंत्र्य' ह्या नावाचं एक प्रकरण आहे. गेल्या महिन्यात ते पुन्हा एकदा वाचायची संधी मिळाली. त्याला कारण घडलं ते १४ मे रोजी मला एक पुरस्कार मिळाला, त्या कार्यक्रमातलं अध्यक्षांचं भाषण.

हा पुरस्कार दिला तो 'व्यसनमुक्त युवक संघ' ह्या संस्थेनं. संस्थेच्या कार्याचं स्वरूप लक्षात घेऊन मी माझ्या भाषणात 'व्यसनमुक्ती' हेच सूत्र घेऊन बोललो : ''फक्त चहा, तंबाखू, धूम्रपान, दारू, जुगार, भ्रष्टाचार हीच 'व्यसनं' नसून, आपणां सर्वांना 'उपभोगवादा'चं जे व्यापक व्यसन लागलेलं आहे, त्यातून समाजाला मुक्त करण्याचं—'व्यापक व्यसनमुक्ती'चं—काम मी करतो. असंख्य प्रकारच्या वस्तू, वाहनं, उपकरणं, ऊर्जा ह्यांच्या व्यसनापासून आता आपण मुक्त होण्याची गरज आहे. तंबाखू-दारूसारखी व्यसनं फक्त त्या व्यक्तीला संपवतात : उपभोगांचं व्यसन मात्र पर्यावरणाचाच व्यापक विनाश करत आहे, म्हणून ते अधिक घातक आहे.''

माझ्यानंतर ज्यांच्या हस्ते माझा सत्कार झाला ते अध्यक्ष बोलले. ते एक न्यायाधीश आहेत. त्यांनी काय सांगावं?—तर, ''दिलीप कुलकर्णी आत्ता जे बोलले ते योग्यच आहे. पण, माझं जीवन ह्याच्या पूर्णत: विरोधी आहे. माझं मोठं घर, मोठं कार्यालय, BMW गाडी हे सर्व वातानुकूलित आहे. माझ्या हातात आठ तोळ्यांचं सोन्याचं कडं आहे. ब्रँडेड कपड्यांचे भरपूर जोड माझ्याकडे माझ्याकडे आहेत,'' इत्यादि. इथपर्यंतही ठीक आहे : अशा गोष्टींमुळे पर्यावरणाची होणारी हानी भल्या-भल्यांना माहीतच नसते. पण, त्या हानीचं ज्ञान झाल्यावर तरी माणूस अपराधी भावानं असं म्हणेल नं की, 'माझी चूक आता माझ्या लक्षात आली : इत:पर मी हा उपभोग कमी करण्याचा प्रामाणिक प्रयत्न करेन.'

पण, झालं भलतंच. ह्या महाशयांनी म्हटलं : ''पण, मी तरी काय करू? हे माझं 'प्रारब्ध' आहे; नि शास्त्र असं सांगतं की, प्रारब्ध हे भोगूनच संपवावं लागतं. भोगल्यावाचून त्यातून सुटका नाही!''

ह्यातून काही तरी चुकीचा संदेश जातोय हे लक्षात आल्यावर संस्थेच्या पदाधिकाऱ्यांनी समारोपाच्या भाषणात उपस्थित युवकांना स्पष्टपणे सांगितलं की, 'ह्या दोन भाषणांमुळे तुमच्या मनात 'कसं जगायचं' ह्याविषयी संभ्रम निर्माण झाला असेल. पण, तो निर्माण होऊ देऊ नका. आपल्याला दिलीप कुलकर्ण्यांनी सांगितलं, तसंच जगायला हवं.'

एका विचित्र मनोवस्थेतच कार्यक्रम संपला. युवकांनी कोणता संदेश घेतला, हे मला ठाऊक नाही; पण, हा 'प्रारब्धा'चा किडा मात्र माझ्या डोक्यात घट्ट रुतून बसला. कारण, ती बाब 'परिवर्तना'लाच असंभव करून टाकते. किंबहुना, मग 'व्यसनमुक्ती' ही देखील अशक्य बाब ठरते! कारण, धूम्रपान करून, किंवा दारू पिऊन मरणं हेही त्या त्या व्यक्तीचं 'प्रारब्ध'च. ते बदलणार कसं? 'पारतंत्र्य' हेही भारताचं 'प्रारब्ध'च होतं, नि भारतावर दमनकारी सत्ता गाजवणं हे इंग्रजांचं 'प्रारब्ध'. मग, ते तरी कसं बदलणार? मग, स्वातंत्र्यासाठी प्रयत्न/चळवळ करणं, हेही चूकच! पण, प्रयत्नांनी व्यसनमुक्ती होऊ शकते; स्वातंत्र्य मिळू शकतं! मग, 'साधी राहणी' का शक्य होणार नाही?—निश्चित होईल. मात्र, त्यासाठी 'प्रारब्धा'च्या आधारे उपभोगवादाचं समर्थन करण्याचं आपण थांबवलं पाहिजे.

मुळात 'प्रारब्ध' ही माणसाला ज्ञात असणारी गोष्टच नव्हे. 'कोणत्या पूर्वकर्मांची चांगली/वाईट फळं मला ह्या जन्मात भोगून संपवायची आहेत' हे कोणाही सामान्य माणसाला ठाऊकच नसतं. मग, जसं जगायला लागतं, त्यालाच 'प्रारब्ध' म्हणायचं. जो दारिद्र्यात खितपत असतो, ते त्याचं प्रारब्ध; अन् जो श्रीमंतीत चैन करतो, ते त्याचं प्रारब्ध. 'ह्या 'कर्मविपाका'तून सुटण्याचा—'आत्मस्वातंत्र्या'चा—काही मार्ग आहे की नाही' हा विचार काही केल्या पिच्छा सोडत नव्हता.

अखेरीस मी 'गीतारहस्य' उघडून ते प्रकरण काढलं. टिळकांनी ह्या विषयाचा सर्वांगीण ऊहापोह केलेला आहे. शक्य असेल, त्यांनी तो मुळातूनच वाचावा. टिळक असं दाखवून देतात की, ' 'कर्मविपाक' ही बाब नाकारता येत नसली, तरीही प्रत्येकाला स्वत:चा उद्धार करून घेण्याचं 'स्वातंत्र्य' आहे, हेही तितकंच खरं'. अधिकाधिक उपभोग घेत राहणं ही इंद्रियांची प्रेरणा आहे; तर, मोक्षानुकूल कर्म करणं ही आत्म्याची प्रेरणा आहे. ही आत्म्याची प्रेरणा सदसद्विवेकरूपी बुद्धीच्या माध्यमातून—'आतला आवाज'—व्यक्तीला सत्कर्मासाठी सतत प्रेरणा देत असते. दारू पिणाराही, ती प्राय: 'चोरून' का पितो?—तर, 'आपण काही तरी चुकीचं करतोय' ही टोचणी त्याला आतून असतेच म्हणून. ह्या टोचणाऱ्या बुद्धीकडे दुर्लक्ष करायला 'प्रारब्ध' ही उत्तम सबब असते. पण, ज्याला आपली वागणूक सुधारायची आहे, त्यानं हा विवेकाचा आतला आवाज ऐकायचा, नि ती प्रेरणा वृद्धिंगत करत न्यायची. ह्यासाठी बुद्धीला 'धृती'ची (धैर्य) जोड लागते, असं गीता म्हणते.

अन् हे स्वातंत्र्य प्रत्येकाला निश्चितपणे आहेच आहे. अतिरेकी भोग हे 'प्रारब्ध' म्हणून भोगलेच पाहिजेत, असं मुळीच नाही. प्रारब्धामुळे एखाद्याला भरपूर संपत्ती मिळेलही : ती तो दान करू शकतो. एसी-कार दिमतीला असली तरी तो बस/लोकलनं प्रवास करू शकतो. तो खादीचे साधे कपडे घालू शकतो. शॉवर उपलब्ध असूनही तो एक बादली पाण्यात अंघोळ करू शकतो. असं बरंच काही करण्याचं संपूर्ण स्वातंत्र्य प्रत्येकाला—अपवादरहित प्रत्येकाला—आहे.

'प्रारब्धा'च्या आधारे उपभोगवादाचं समर्थन करणं, हे आपण इंद्रियांचे गुलाम आहोत, हे मान्य करणं आहे. ते एका चुकीच्या वागणुकीचं छद्म आध्यात्मिक (pseudo spiritual) समर्थन आहे.

मला वाटतं, प्रत्येकानं प्रयत्न करायला हवेत ते अशा छद्म आध्यात्मिकतेकडून शुद्ध आध्यात्मिकतेकडे जाण्यासाठी. ग.सं.ला जे 'आत्मपरिवर्तन' अभिप्रेत आहे, ते नेमकं हेच.

६१

CCTV, GPS आणि बायोमेट्रिक : विकास की स्खलन?

तंत्रज्ञानाधारित व्यक्तिनियंत्रणापेक्षा व्यक्तीची स्वयं-नियंत्रित वर्तणूकच पर्यावरणदृष्ट्याही श्रेयस्कर कशी हे सांगणारं, मार्च २०१६च्या अंकाचं हे संपादकीय.

सांप्रतकाळीं इये भारतदेशीं ज्या अनेक तंत्राधिष्ठित क्रांती होत आहेत, त्यात ह्या तीन तंत्रज्ञानांचा प्रामुख्यानं समावेश करावा लागेल. पैकी CCTV हा प्रकार तर आता जवळपास सर्वव्यापी झाला आहे. चौकाचौकांत आता नियंत्रक दिव्यांच्या जोडीलाच CCTVचे कॅमेरेही असतात. त्यांनी टिपलेली दृश्यं पोलीस-मुख्यालयातील पडद्यांवर सतत दिसत असतात आणि मुद्रितही केली जात असतात. वाहतुकीचे नियम मोडणाऱ्यांना पकडणं हे आता त्यामुळे सोपं झालं आहे.

पण, म्हणून CCTV ही यंत्रणा काही फक्त वाहतुकीपुरतीच सीमित नाही.

आता ती जळीं-स्थळीं-काष्ठीं-पाषाणीं शिरकाव करू लागली आहे. सर्व प्रकारचे गुन्हे रोखण्यासाठी CCTV हा एकमेव उपाय आहे असं निश्चित झाल्यामुळे, जिकडे-तिकडे ते बसवण्याचं एक जणू पेवच फुटलेलं आहे. कुठेही जा, 'आप CCTV की निगरानी में हैं' अशी दमदाटी सर्वत्र दिसते. निवासी इमारती, रुग्णालयं, संस्था, हॉटेलं, विश्रामगृहं, शासकीय कार्यालयं : जिकडे जावं तिकडे CCTV. मध्यंतरी तर अशी बातमी होती की, खारफुटीच्या रक्षणासाठीही म्हणे आता CCTV बसवण्यात येणार आहेत. सत्य-अहिंसा-अस्तेयासारख्या एकादश व्रतांचं पालन करायला सांगणाऱ्या गांधीजींच्या आश्रमात, खुद्द 'बापू-कुटी'तही, आता CCTV बसवलेला आहे!

असंच दुसरं तंत्रज्ञान म्हणजे GPS : ग्लोबल पोझिशनिंग सिस्टिम. सरकारी गोदामांतून निघालेले स्वस्त धान्याचे ट्रक शिधावाटपाच्या दुकानांकडे न जाता भलती-कडेच जातात. ते ठरवून दिलेल्या दुकानांकडे जातात की नाही हे कळण्यासाठी त्यांच्यावर GPSची यंत्रणा बसवायची; जेणे करून त्यांचा ठावठिकाणा संगणकावर सतत कळत राहील. हेच पेट्रोल-डीझेलची वाहूतक करणाऱ्या टँकरांच्या बाबतही. ह्या तंत्रज्ञानाच्या आधारे चोरी, भेसळ रोखता येऊ शकेल.

तिसरं तंत्रज्ञान म्हणजे बायोमेट्रिक : बोटाचा ठसा. पूर्वीच्या 'अंगठ्या'चं हे आधुनिक रूप. एखाद्या इमारतीत कोणालाही अनधिकृत प्रवेश करता येऊ नये, म्हणून अधिकृत व्यक्तींच्या तर्जन्यांचे ठसे दाराशेजारच्या यंत्रात साठवून ठेवायचे. फक्त त्याच व्यक्तींसाठी दार उघडलं जाईल. बँकेतला कर्मचारी संगणकावर बसला की, परवलीच्या शब्दाऐवजी/बरोबरच त्यानं आपली तर्जनी बायोमेट्रिकच्या दिव्यावर ठेवायची. त्या यंत्रात ओळख पटली, तरच संगणक सुरू होणार. ग्रामीण भागातले शिक्षक शाळेत न जाताच, नंतर एकदम सह्या करतात नि फुकटचा पगार खातात. त्यांना बायोमेट्रिक सक्तीचं केलं की, शाळेत जावंच लागेल. (म्हणूनच शिक्षक-संघटनांनी ह्या प्रणालीला विरोध केला आहे!)

—भारत 'डिजिटल युगा'त भरारी घेऊ इच्छित असताना ही सगळी तंत्रज्ञानं म्हणजे 'प्रगतीकडची वाटचाल' आहे, असा उद्घोष केला जातो. पण, ज्या कारणासाठी ती वापरली जात आहेत ती पाहता ह्याला 'प्रगती' म्हणायचं की 'स्खलन'? सगळीकडे CCTV बसवावे लागतात, ह्याचा अर्थ 'भारतीय लोक कायदा मोडणारे, भ्रष्ट, चोर आहेत' असा होत नाही का? ती बाब 'गौरवा'ची की, 'नामुष्की'ची? CCTV ही आमच्या 'प्रगती'ची खूण; की, 'नालायकपणा'ची, 'गुन्हेगारी मनोवृत्ती'ची? ट्रक-टँकरांवर GPS-प्रणाली बसवणं हे ट्रकचालकांच्या मनोवृत्तीविषयी काय सांगतं? शाळांत बायोमेट्रिक प्रणाली बसवावी लागते, ह्यातून शिक्षकांची कोणती प्रतिमा समोर येते?

कै.पु.ग.सहस्रबुद्धे ह्यांचा 'आमची फौजदारनिष्ठा' ह्या नावाचा एक सुंदर निबंध

आहे. ते गेल्या पिढीतले एक ज्येष्ठ विचारवंत. त्यांनी सामाजिक विषयांवर विपुल लेखन केलं. माझे सामाजिक विचार घडण्यात त्यांच्या वैचारिक निबंधांचा वाटा फार मोठा आहे. एप्रिल १९५३मधला हा निबंध हा काल-आज लिहिलेला वाटावा इतका समयोचित आहे. एकीकडे ही पु.गं.ची दूरदृष्टी आहे; तर तीच, दुसरीकडे, आपल्या ढासळत्या नीतिमत्तेची कर्मकहाणी. निबंधात ते म्हणतात :

आपण स्वतःला मोठे धर्मनिष्ठ, संस्कृतिनिष्ठ, ध्येयनिष्ठ असे समजतो; पण, प्रामाणिकपणे आपण आपल्या अंतर्यामीं शोध केला, तर आपण सर्व पोलीसनिष्ठ, फौजदारनिष्ठ लोक आहोत, हे आपल्या सहज ध्यानात येईल.

समाजाचे, सरकारचे किंवा धर्माचे कायदे आपण केव्हा पाळणार?—चौकाचौकांत पोलीस उभा असेल, तरच! एरवी उजव्या बाजूने मोटार दडपून नेण्यास आपण मुळीच कचरत नाही. काळा बाजार करण्याची खंत आपल्याला वाटत नाही. आपली श्रद्धा देवावर किंवा आत्म्यावर नसून पोलिसावर आहे. समाजाची विविध प्रकारांनी मान मुरगळताना, 'आपण स्वतः आपल्याला पाहत आहोत' ही भीती आपल्याला पुरेशी नाही.

जगात दंडसत्ता, लष्करी सत्ता, हुकूमशाही हा प्रकार जो निर्माण होतो, तो अशा फौजदारनिष्ठेमुळेच. ज्या क्षणीं 'चौकातल्या पोलिसापेक्षा आपण स्वतः श्रेष्ठ आहो' असे आपणास वाटू लागेल, त्या क्षणीं दंडसत्तेचे लोकसत्तेत रूपांतर होईल. आपण देवाला, आत्म्याला, विवेकाला पोलिसापेक्षा श्रेष्ठ मानण्याचे धोरण केव्हा अवलंबणार एवढाच प्रश्न आहे.'

—का लागतो आम्हाला असा सगळीकडे पोलीस? का आम्ही असे फौजदार-निष्ठ? CCTV-निष्ठ? GPS-निष्ठ? बायोमेट्रिक-निष्ठ? 'मी गुन्हा करणार नाही'; 'मी माझं कर्तव्य प्रामाणिकपणे करेन', असं 'आत्मनिष्ठ' राहून आपण का म्हणत नाही–का वागत नाही?

पण, ही CCTV-निष्ठा आजचीच आहे असं मात्र नाही बरं का! तिचं CCTV हे तंत्राधारित स्वरूप नवीन, आधुनिक असेल; पण, अगदी प्राचीन काळींही आपल्याकडे CCTVची संकल्पना होती : चित्रगुप्त! हा चित्रगुप्त म्हणजेच व्यक्तीच्या चोवीस तासांतील वर्तनाचं 'गुप्त चित्र.' CCTVचं कितीही पेव फुटलं, तरी ते सर्वत्र बसवणं केवळ अशक्य आहे. पण, 'चित्रगुप्त' मात्र लोकान्तात आणि एकान्तात असा सर्वत्र राहून गुप्तपणे आपल्या कृत्यांचं चित्रण करतो. 'तो सगळं पाहतो आहे' हा विचार माणसाला दुष्कर्म करण्यापासून रोखतो; सत्कर्मांना प्रवृत्त करतो. (त्या प्रणालीसाठी तंत्रज्ञान आणि ऊर्जा लागत नाही, हा तिचा आणखी एक—पार्यावरणिक—लाभ!)

* * *

हा विषय मनात येण्याचं कारण असं की, कुठे तरी तो आपल्या निसर्गस्नेही

जगण्याशीही जोडलेला आहे. 'कुणी पाहत नसताना' आपण निसर्गाची हानी करणारी अनेक कृत्यं करतो. जंगलांमधली वृक्षतोड अशी गुपचूप होते. त्या लाकडाची वाहतूक रात्रीच्या अंधारात होते. वाळूचा उपसा आणि वाहतूक चोरून होते. कारखान्यांमधील विषारी रसायनं रात्री हळूच नदीत सोडून दिली जातात. किरणोत्सर्गी पाणी रात्री गुपचूप समुद्रात सोडून दिलं जातं... एका ना दोन. अगदी व्यक्तिगत जीवनातही आपण निर्माल्य गुपचूप नदीत टाकणं; घरातला केर रस्त्यावर टाकणं अशी कृत्यं करत असतो.

हे सगळं आपण करतो, कारण आपण 'फौजदारनिष्ठ' आहोत. CCTVमध्ये मुद्रण होत नाही म्हटलं की, आपण ही गैरकृत्यं करायला मोकळे. जर आपण 'आत्मनिष्ठ' झालो, तर ही निसर्गहानी आपण करणार नाही.

'ग.सं. ही आत्मपरिवर्तनाची चळवळ आहे' असं मी म्हणतो, तेव्हा त्यामागे हा विचार आहे. निसर्गाचं प्रदूषण आपण करायचं नाही, ते 'कुणी तरी बघतंय' म्हणून नव्हे; तर कुणी बघत नसतानाही 'ते करणं हे गैर आहे' म्हणून. ते गैर आहे हे 'मला' माहीत आहे म्हणून. संसाधनं लुबाडायची नाहीत, तीही तसं करणं गैर आहे म्हणून. पाणी कमी वापरायचं ते आपण अगदी एकटे असतानाही.

असं करण्यात एक दूरदृष्टी आणि व्यापक स्वार्थही आहे. मी 'आज' संसाधनं जपून वापरली, तरच 'उद्या' ती मला वापरायला मिळू शकतील; मी 'आज' कमी प्रदूषण केलं, तर मलाच 'उद्या' शुद्ध हवा-पाणी मिळू शकेल, असं वाटण्यातून आज चांगली कृती घडली, तर ते योग्यच आहे. पण, ह्यात जो एक व्यापक स्वार्थ आहे. तोही विचारांतून हद्दपार झाला, तर अधिक चांगलं. 'एखादी गोष्ट करणं योग्य आहे, नि म्हणून ती मी करणार'; 'एखादी गोष्ट करणं अयोग्य आहे, नि म्हणून मी ती करणार नाही'—बस्! 'माझा उद्याचा स्वार्थ त्यातून साधला जाईल ना' हा

मी 'आज' संसाधनं जपून वापरली, तरच 'उद्या' ती मला वापरायला मिळू शकतील; मी 'आज' कमी प्रदूषण केलं, तर मलाच 'उद्या' शुद्ध हवा-पाणी मिळू शकेल, असं वाटण्यातून आज चांगली कृती घडली, तर ते योग्यच आहे. पण, ह्यात जो एक व्यापक स्वार्थ आहे. तोही विचारांतून हद्दपार झाला, तर अधिक चांगलं. 'एखादी गोष्ट करणं योग्य आहे, नि म्हणून ती मी करणार'; 'एखादी गोष्ट करणं अयोग्य आहे, नि म्हणून मी ती करणार नाही'—बस्!

विचारही मनात येऊ नये. कारण, फारच थोड्यांनी योग्य प्रकारें जगण्याचं ठरवलं; नि बहुसंख्य समाज गैर प्रकारें वागत राहिला, तर उद्या चांगलं न घडता वाईटही घडेल. आपला उद्याचा स्वार्थ साधला जाणारही नाही. मग, अशा वेळीं आपण असं म्हणायचं का की, 'इतर सगळे जण चुकीचं वागत असताना मीच का योग्य प्रकारें वागू'? कोणताही 'आत्मनिष्ठ' माणूस असं म्हणणार नाही.

सारांश, आत्मपरिवर्तन ही एक अन्य-निरपेक्ष प्रक्रिया आहे. माझ्या आत्मोन्नतीसाठी मी काही तरी करत/टाळत असताना, 'इतर लोक कसे वागतात' हा प्रश्नच उद्भवत नाही. हा एका प्रकारचा 'कर्मयोग'च आहे. कृष्ण सांगतो 'कार्यं कर्म समाचर' : करण्यास योग्य असं काम करच कर. ('कार्य' हे कृ धातूचं कर्मणी विध्यर्थक धातुसाधित विशेषण आहे.) अन् असं कर्मही 'असक्तो ह्याचरन्'—म्हणजेच 'फळाची अपेक्षा न ठेवता' करायचं. (गंमत अशी आहे की, माणसांनी ह्या भूमिकेतून सर्व कामं केली की, 'उद्याचा स्वार्थ' आपोआपच साधला जातो!)

ग.सं.ला अपेक्षित आहे, ते अशा तऱ्हेचं आत्मपरिवर्तन : फौजदार-निष्ठेकडून आत्म-निष्ठेकडे, अन् व्यापक स्वार्थाकडून कर्मयोगैकनिष्ठेकडे.

६२

'मेक इन इंडिया' : लुटारूंसाठी पायघड्या!

मोदी सरकारचा एक धडाकेबाज धोरणात्मक निर्णय म्हणजे 'मेक इन इंडिया!' त्याची घातकता दाखवून देणारं डिसेंबर २०१४च्या अंकाचं हे संपादकीय.

गेल्या १० वर्षांचा विकासाचा अनुशेष भरून काढून, पुढच्या १० वर्षांचा विकासही दोन-पाच वर्षांतच करून टाकण्याची मोदींची घाई भारताला भविष्यात महाग पडणार आहे, ह्यात काहीच शंका नाही. मनमोहनसिंहांनी १९९१मध्ये जागतिकीकरणाचं युग सुरू केल्यानंतर भारताचं काय झालं आहे, हे आपण त्या विषयावरील लेखमालेत सध्या वाचतोच आहोत. (संदर्भासाठी पृ.४४ पाहा.) त्या धोरणाला म्हणतात 'खा-उ-जा' : खासगीकरण, उदारीकरण आणि जागतिकीकरण. ह्या धोरणाअंतर्गत सरकारी उद्योग/उपक्रम खासगी भांडवलदारांकडे दिले गेले आणि उत्पादनाची विविध क्षेत्रं जागतिक, बहुराष्ट्रीय उद्योगांसाठी खुली केली गेली. सरकारी

उद्योग नीटपणे, कार्यक्षमपणे, फायदेशीरपणे चालत नव्हते. त्यांचं खासगीकरण झाल्यावर त्यांची कार्यक्षमता वाढली हे खरं; पण ती कशी वाढली?—तर भांडवलसघन आणि उर्जासघन असं आधुनिक तंत्रज्ञान वापरून. मनुष्यबळ कमी करून. म्हणजेच बेकारी वाढवून. विषमता वाढवून. ह्या देशी-विदेशी उद्योगांना निसर्ग मुक्तपणे लुटू देऊन. प्रदूषित करू देऊन. त्यांना जमिनी देण्यासाठी, खनिजांचं भरमसाठ उत्खनन करता यावं ह्यासाठी एकामागून एक कायदे सोयिस्करपणे बदलले गेले, निर्बंध हटवले गेले. २००४नंतरच्या काळात ही प्रक्रिया अधिक गतिमान झाली.

पण, तरीही, मनमोहनसिंहांचं सरकार हे आघाडीचं सरकार होतं. कमकुवत होतं. धडाकेबाज निर्णय घेण्यात त्याला अनेक अडथळे येत होते. भ्रष्टाचारानं ते पोखरलं गेलेलं होतं. ह्या साऱ्यामुळे खा-उ-जा धोरण पूर्ण क्षमतेनं राबवलं जाऊ शकलं नाही.

आता मोदींचं सरकार ह्या अडथळ्यांपासून मुक्त आहे. एकट्या भाजपला पूर्ण बहुमताची सत्ता मिळालेली आहे. त्यामुळे मोदींचा वारू चौखूर उधळला नाही, तरच नवल. 'विकासा'साठी एकामागून एक धोरणात्मक निर्णय ते धडाकेबाज पद्धतीनं घेत आहेत. त्यातलाच एक म्हणजे 'मेक इन इंडिया!' उदारीकरणाच्या धोरणाचंच हे गोंडस नाव आहे. जपान, अमेरिका, इ. देशांत मोदींनी ते आवाहन केलं : 'या! भारतात वस्तू निर्माण करा. इथे आता लाल फिती नसून तुमच्यासाठी लाल गालिचे अंथरणार आहोत!'

हे विदेशी उद्योग इथे उत्पादन करू लागल्यानं भारताचं भलंच होणार आहे, असं जर कुणाला वाटत असेल, तर तो भ्रम आहे. हां; 'इंडिया'तल्या काही मूठभरांची चांदी निश्चित होईल; पण, 'भारता'चा मात्र विध्वंसच होणार आहे. दोन मोठे धोरणात्मक बदल करण्याचं सूतोवाच करण्यात आलं आहे. भूसंपादनाचे कायदे आणि कामगारविषयक कायदे ह्यांचं शिथिलीकरण करण्यात येणार आहे. ह्यामुळे अनेक सामाजिक आणि पार्यावरणिक समस्या उद्भवणार आहोत–वाढणार आहेत.

पर्यावरणाची पहिली समस्या म्हणजे विविध संसाधनांचा ऱ्हास. ह्या उद्योगांना जमीन लागणार, खनिजं लागणार. त्यासाठी जमिनीवरच्या वनांचा संहार होणार. रस्ते, धरणं बांधण्यासाठी तो होणार. ह्यांतून अनेकानेक समस्या निर्माण होणार : जमिनीची धूप, तापमानवाढ, जैव वैविध्याची हानी, विस्थापन, इत्यादि. हे उद्योग इथली हवा, इथलं पाणी वापरून उत्पादन करणार : म्हणजेच ते प्रदूषण इथे करणार, पाणी इथलं संपवणार. त्यांना लागणाऱ्या विजेसाठी धूर, राख, किरणोत्सर्गी द्रव्य ह्यांचं प्रदूषण इथे होणार. मोदी ह्या तऱ्हेनं GDP वाढवून भारताचा 'विकास' करणार आहेत.

कोणताही उद्योग हा 'समाजाचं भलं व्हावं' ह्यासाठी उभारला जात नाही : तो

‘खासगी नफ्या’साठी उभारला जातो. गुंतवणुकीवर थोडासा नव्हे, तर भरभक्कम नफा मिळणार असल्याविना कोणीही भांडवलदार उद्योग उभारत नाही. म्हणजेच, हे सारे परकीय उद्योग इथे उत्पादन करून भरघोस नफा मायदेशी घेऊन जाणार; नि त्यांच्यामुळे मरण ओढवणार तुमचं-आमचं. तुमचे-माझे जीवनाधार तुटणार–लुबाडले जाणार–संपणार. भावी पिढ्यांच्या उपजीविकेच्या संधीच हिरावून घेतल्या जाणार. ‘मेक इन इंडिया’चं वास्तव रूप हे असं आहे.

वाचकहो, आपण हे लक्षात ठेवलं पाहिजे की, देशी काय किंवा विदेशी काय : सर्व उद्योग हे पर्यावरणाचे लुटारू आहेत. पूर्वी ‘ईस्ट इंडिया कंपनी’नं भारत लुटला. त्याविरोधात आपण लढलो. स्वातंत्र्यानंतर देशी उद्योगांनीही भारताची खरं तर अशीच लूट केली; पण, ते ‘स्वदेशी’ उद्योग म्हणून आपण उगीचच त्यांना पावित्र्य बहाल केलं. खा-उ-जा धोरणाअंतर्गत पुन्हा विदेशी उद्योग आले, नि त्यांनी लूट चालू केली. ते ‘कॉंग्रेसनं’ आणले म्हणून संघ-परिवारातील संस्थांनी त्या वेळी त्यांना विरोध केला. आता मोदींनीच त्या उद्योगांसाठी पायघड्या घातल्यानं त्या संस्था गप्प आहेत. आपली बांधिलकी तत्त्वांशी, योग्य विचारांशी असेल, तर विरोध असा राजकीय असून चालणार नाही. ‘मोदींनी घातलेल्या पायघड्या लुटारूंसाठीच आहेत’ हे आपण उघडपणे बोललं पाहिजे; त्या धोरणाला विरोध केला पाहिजे.

हा विरोध ‘व्यक्त करणं’ हा एक मार्ग. ‘संघटित विरोध’ हा दुसरा मार्ग. उत्खनन, संरचना-उभारणी, इ. क्षेत्रांतल्या योजनांना असा संघटित विरोधच करावा लागेल. त्यांच्या उत्पादनांवर ‘बहिष्कार’ हा तिसरा मार्ग. आपण त्यांचे ग्राहक बनतो, म्हणून ग्राहकीय वस्तूंची वा खाद्य वस्तूंची निर्मिती करणाऱ्यांना फायदा मिळतो. आपण मोठ्या संख्येनं बहिष्कार टाकला, तर त्यांना पुरेसा नफा न मिळाल्यानं ते गाशा गुंडाळतील : मोदींनी कितीही पायघड्या अंथरल्या, तरीही! म्हणजेच, कोणत्याही सरकारच्या पर्यावरण-विनाशक योजना असफल करणं हे आपल्या हातात आहे.

वाईट ह्याचं वाटतं की, आपणच कुऱ्हाडीचे दांडे बनून आपल्या गोतांस काळ बनलो आहोत. आपल्याच बांधवांचं शोषण-विस्थापन व्हायला, आपल्याच निसर्गाचं शोषण-प्रदूषण व्हायला आपण मदत करतो आहोत.

विचारांत आणि आचारांत सुयोग्य बदल करून, निसर्गस्नेही जीवनशैलीच्या आधारे, आपण सध्याची अधिकाधिक पर्यावरणविरोधी बनत जाणारी विकासनीती निश्चितपणे पराभूत करू शकतो.

६३

प्रवृत्ती, निवृत्ती आणि विरक्ती

मरेपर्यंत पैसे कमावत राहणं का गैर आहे हे सांगून प्रवृत्ती, निवृत्ती आणि विरक्ती ह्या तिनांतल्या गतिमान संतुलनाची आवश्यकता प्रतिपादन करणारं, फेब्रुअरी २०१४च्या अंकाचं हे संपादकीय.

'हरित साधक' ह्या लेखमालेत, गेल्या नोव्हेंबरच्या अंकात, आपणच स्थापन केलेल्या उद्योगातून निवृत्ती स्वीकारणाऱ्या जयंत नेने ह्यांच्याविषयीचा परिचय-लेख होता. तो वाचून एका वाचकाचं काही मतभेद व्यक्त करणारं पत्र आलं आहे. आपण वाचकांची पत्रं नाव-गावासह छापतो. तथापि, ह्या वाचकानं पत्राच्या शेवटी 'पत्र छापल्यास त्यामध्ये काटछाट अथवा सुधारणा करू नयेत; अथवा छापू नये' असा 'विनंती' म्हणत दम भरला आहे. वास्तविक, संपादकाला मजकुरावर संस्कार करावेच लागतात. संपादकाचं ते कामही आहे आणि अधिकारही. त्यामुळे 'ह्या पत्राचं काय करायचं' अशी समस्या माझ्यापुढे उभी राहिली. तथापि, पत्रातला मध्यवर्ती मुद्दा हा विचारांना प्रवृत्त करणारा होता. म्हणून असं ठरवलं की, पत्रातल्या मजकुराचा आशय निनावी छापून मग त्या मुद्द्यावर चर्चा करायची. हा मुद्दा किंवा प्रश्न आजवर अनेकांनी अनेक वेळा आम्हाला विचारला आहे, नि त्यामुळे तो प्रातिनिधिक आहे. त्यामुळेच, वाचकाचं नाव प्रसिद्ध न झाल्यानं काही बिघडणार नाही.

सदर वाचकाचा नेने ह्यांच्या निवृत्तीवर आक्षेप आहे. ते लिहितात : 'नेने ५०व्या वर्षी निवृत्त झाले ह्याचे कौतुक करावे तितके थोडे आहे. पण, त्यांनी साठीत निवांतपणे राहून विरक्तीची आस धरावी, ह्याचे कौतुक नसावे. कदाचित 'विरक्ती' हा शब्द कठोर असेल. निवृत्ती आणि विरक्ती/निष्क्रियता (काही विशेष न करता शांतपणे जगायचं) ह्या वेगळ्या गोष्टी आहेत. त्यांनी असे करावे हा त्यांचा वैयक्तिक प्रश्न आहे. पण, संपादकांची टीप वाचून आपण त्यांचे कौतुक केल्यासारखे वाटले. हे गैर आहे. हे संतुलन गतिमान म्हणायचे का? ...आजचा वरिष्ठ नागरिक २५-५० वर्षांपूर्वीच्या नागरिकापेक्षा जास्त सक्षम आहे. तो विरक्त (किंवा निष्क्रिय) असणे किती योग्य आहे? वास्तविक प्रत्येकाने आपापल्या कुवतीप्रमाणे आपल्याला आवडणाऱ्या कोणत्या तरी प्रवृत्तीत रममाण व्हायला हवे. आत्तापर्यंत पोटापाण्याचा उद्योग जिद्दीने

केलात; आता कला/सेवाभाव/प्रयोग ह्यांच्याशी जवळीक साधायला हवी. ही प्रवृत्ती वरिष्ठ नागरिकांना 'का जगायचे' ते सांगून जाईल. ग.सं.सारख्या नियतकालिकांनी त्यांची माहिती प्रसिद्ध करावयास हवी.'

प्रस्तुत वाचकाचे हे विचार बरेचसे पटण्यासारखेच आहेत. तथापि, जयंत नेने ह्यांची 'निवृत्ती' की 'विरक्ती' ह्याविषयी पत्रलेखकही संभ्रमात दिसतो. मुळात नेन्यांनी फक्त 'निवृत्ती' स्वीकारलेली आहे; आणि स्वत: स्थापन केलेल्या, वाढवलेल्या, उत्तम प्रकारे चालू असलेल्या उद्योगातून स्वेच्छेनं निवृत्ती स्वीकारणं; मिळू शकणारं भरभक्कम उत्पन्न नाकारणं; साठवलेल्या पैशांतच उर्वरित जीवन जगणं वगैरे बाबी मला महत्त्वाच्या वाटल्या. आज सहसा असं घडताना दिसत नाही; तसं घडणं मला आवश्यक वाटतं, नि म्हणून नेन्यांचा परिचय करून देण्याचं मी ठरवलं. (कोणाला हे पटणारही नाही, हे मी मान्य करतो.)

आता नेने ही व्यक्ती सोडून देऊन जरा व्यापक विचार करू या. माणसाच्या आयुष्याचे, गीतेत म्हटल्याप्रमाणे 'कौमारं यौवनं जरा' हे तीन मुख्य टप्पे पडतात. बाल आणि कुमार वयाचा कालखंड हा ज्ञानार्जनाचा असतो. यौवनाचा अर्थार्जन आणि उपभोगाचा; तर, वार्धक्याचा कालखंड हा त्यांपासूनच्या निवृत्तीचा असतो. ह्यातला 'त्यांपासूनच्या' हा शब्द महत्त्वाचा. भारतीय परंपरेनं ह्या वार्धक्यकाळाचे दोन स्वतंत्र विभाग केलेले आहेत : वानप्रस्थाश्रम आणि संन्यासाश्रम. पैकी वानप्रस्थात अर्थार्जन आणि उपभोगांपासूनची क्रमशः वाढती निवृत्ती अपेक्षित आहे. मात्र, त्या वयातही माणसानं स्वत:तल्या क्षमतांचा उपयोग समाजाच्या भल्यासाठी करावा अशी अपेक्षा आहे. घरातच, मुला-नातवंडांसमवेतच राहायचं; पण, संसाराची जबाबदारी त्यांच्यावर सोपवायची. मार्गदर्शन करायचं; पण, मतं लादायची नाहीत. निर्णय त्यांना घेऊ द्यायचे. आपल्या अर्जित कौशल्यांचा उपयोग गरजूंसाठी करायचा : मग ते नातवंडांसह आजूबाजूच्या मुलांना शिकवणं असेल; रुग्णसेवा असेल, किंवा समाज-प्रबोधनाचं कार्य असेल. हे सारं विना-मोबदला करायचं, ही बाब महत्त्वाची. घरगृहस्थी चालवण्याची जबाबदारी नसल्यामुळेही आता अर्थार्जनाची आवश्यकता नसते. अभ्यास, छंद ह्यांतही वेळ चांगल्या प्रकारे, विधायकपणे व्यतीत होऊ शकतो. अर्थार्जन पूर्णपणे बंद; उपभोग हळूहळू कमी करत नेणं, आणि 'देण्या'त निरंतर वाढ असा हा निवृत्ती-प्रवृत्तीचा कालखंड असतो. मात्र, ही प्रवृत्ती 'देण्या'साठी असली पाहिजे : 'कमावण्या'साठी नव्हे! ह्या काळात 'विरक्ती' अपेक्षित नसते; पण, जीवनप्रवासाची वाटचाल मात्र त्याच दिशेनं असते. चौथ्या संन्यासाश्रमात मात्र 'विरक्ती'चा संपूर्ण स्वीकार हा आवश्यक मानलेला आहे. (वस्तुत:, 'विरक्ती'त काहीही वाईट नाही. त्या शब्दाला उगीचच एक नकारात्मक अर्थ चिकटलेला आहे. स्वेच्छेनं स्वीकारलेली असेल, तर ती एक सकारात्मक आध्यात्मिक भूमिका असते.)

आज हे शेवटचे दोन आश्रम जणू लोपच पावले आहेत. अनेक समस्यांचा उगम हा ह्या बदलात आहे. एकीकडे आयुर्मर्यादा वाढली आहे, आणि दुसरीकडे माणसं अर्थार्जन-उपभोगांपासून निवृत्ती स्वीकारायलाच तयार नाहीत! आपण संन्यासाश्रमाचा विचार तूर्तास बाजूलाच ठेवू, कारण ती खूपच अवघड बाब आहे. पण, आज वानप्रस्थ स्वीकारणारे किती जण असतील? नोकरी करणाऱ्यांना सक्तीनंच सेवानिवृत्त व्हावं लागतं : तथापि ते 'वानप्रस्थी' बनत नाहीत. निवृत्तिवेतनाच्या रूपानं त्यांचं अर्थार्जन चालूच राहतं. त्या काळात त्यांची मुलंही कमावती झालेली असतात. त्यामुळे ह्या—अधिकच्या, अनावश्यक—पैशांतून नवनवी खरेदी होतच राहते. प्रवास-पर्यटन-कार्यं ह्यांवर पैसा उधळला जातच राहतो. उपभोग संपतच नाहीत. गृहस्थाश्रम संपतच नाही. वरिष्ठतेच्या अधिकारानं निर्णयाचे अधिकार ह्या पिढीकडेच राहिल्यानं मुलगा-सुनेला आपला संसार आपल्या मनाप्रमाणे करण्यासाठी वेगळं होण्याची वेळ येते. अशा प्रकारची 'प्रवृत्ती' निश्चितच गैर मानावी लागेल. धंदा-उद्योग करणारे तर कधीच निवृत्त होताना दिसत नाहीत. वकील, डॉक्टर, राजकीय नेते अशांनी वानप्रस्थ स्वीकारल्याचं क्वचितच दिसतं. 'कार्यमग्नता 'जीवन व्हावे–मृत्यू ही विश्रांती' हे सुभाषित हे त्यांच्या बाबतीत एका चुकीच्या अर्थानं वास्तवात उतरताना दिसतं. जीवनभर कार्यमग्नता अवश्य असावी; पण, ती अर्थार्जनासाठी नव्हे.

त्यामुळेच की काय, जेव्हा केव्हा कोणी अर्थार्जनाचं साधन सोडून देऊन निवृत्ती स्वीकारतो, तेव्हा मला ती बाब स्वागतार्ह, अभिनंदनार्ह वाटते. जयंत नेन्यांनी निदान निवृत्तीच्या वयात तरी निवृत्ती स्वीकारली : हेमंत, सुब्रोतो, वसंत, विक्रांत-मोहिनी ह्यांनी तर ऐन तारुण्यात नोकऱ्या सोडल्या.* कमी आर्थिक प्राप्तीची जीवनं स्वीकारली. मीही अशीच पंचविसाव्या वर्षी नोकरी सोडली. आजकालच्या अधिकाधिक पैसे कमावण्याच्या काळात ही बाब अनेकांना चुकीची वाटेलही. पण, ती चूक असलीच, तरीही तो प्रकार 'to err on the right side' असा आहे. लाकडं मसणात गेली तरी पैसे कमावत राहण्याची चूक करण्यापेक्षा, तारुण्यातच संयमित अर्थार्जनाची जीवनशैली स्वीकारणं केव्हाही योग्य. 'निवृत्ती'चा अर्थ 'कमावलं आहेत, साठवलं आहेत तेवढं पुरे : आता आणखी कमावू/साठवू नका' असाही आहे. बहुतेकांवर अशी निवृत्ती सक्तीनंच लादावी लागते. ह्या 'हरित साधकां'ना मात्र ही शहाणीव खूप लवकरच्या वयात आली आहे, ही बाब मला अत्यंत कौतुकास्पद वाटते. समाजाचा कुचेष्टेचा आवाज ऐकून चुकीची जीवनशैली चालू ठेवण्यापेक्षा, त्यांनी आतला आवाज ऐकून नोकरी सोडली, ह्याचं स्वागतच व्हायला हवं असं मला वाटतं.

निवृत्ती न स्वीकारण्यासाठी अनेक कारणं पुढे केली जातात. 'पैशांची गरज कधी

---

* पाहा : 'हरित साधक', राजहंस प्रकाशन

संपते का?—मग उमेद आहे तोवर ते कमावण्यात गैर काय?'; 'मी जर पूर्ण कार्यक्षमतेनं ह्या वयातही कामं करू शकत असेन, तर ती करून पैसे का नाही कमवायचे?'; 'कामं करून in fact I am contributing to the society and the economy' ; 'कुणाला काहीही फुकट देऊ नाही. मग त्याची किंमत राहत नाही'... अशी समर्थनं करणारे कमी नाहीत. हे सारे तर्क चुकीचे आहेत. मतलबी आहेत. एका विशिष्ट वयानंतर क्षमता असूनही अर्थार्जन थांबवायचं. पैशांची गरज कमी करायची. कमी पैशांतच भागवायला शिकायचं. कामं करायची; समाजाला निश्चितपणे काही द्यायचं; पण, ते विना-मोबदला. 'समाज त्याची किंमत ठेवेल का' हा प्रश्नच मनात येऊ द्यायचा नाही. कर्तव्य म्हणून द्यायचं. स्वत:च्या, पर्यावरणाच्या भल्यासाठी हे असं करायचं. वानप्रस्थातली 'प्रवृत्ती' अशी असायला हवी.

खरं तर गृहस्थाश्रमातली 'प्रवृत्ती'ही अशीच असायला हरकत नाही. त्या काळात अर्थार्जन आणि उपभोग ह्यांना मान्यता असली, तरी ते संयमित ठेवून जास्तीचा पैसा, शक्ती आणि वेळ समाजासाठी, पर्यावरणासाठी खर्च करायला हवा : 'मूनलायटिंग' करून आणखी पैसा कमावण्यासाठी नव्हे! 'कमी उपभोग' किंवा 'संयमित उपभोग' म्हणजेही विरक्ती नव्हे! संन्यासाश्रमात खाणं-पिणं, निवास, विविध वस्तूंचा संग्रह ह्या सगळ्या बाबतीत विरक्ती अपेक्षित आहे. गृहस्थाश्रमात ती तशी नाही. त्यामुळे, गृहस्थाचं घर साधं असूनही सजवलेलं असेल. तो साधंच, पण विविध चवींचं अन्न सेवन करील. सण-समारंभ-उत्सव-मेळावे-मौजमजा ह्यांना त्याच्या जीवनात स्थान असेल. संयमितपणे, पण रसिकतेनं तो जीवन जगेल. तथापि, तरुण वयातही जर कुणी साधेपणानं जगत असेल, तर ते चांगलंच आहे. मात्र, तो साधेपणा 'तुझे आहे तुजपाशी'मधल्या श्यामसारखा लादलेला नसावा. इच्छांचं दमन नसावं.

मला वाटतं, सर्वच हरित साधकांना ही कसरत करावी लागणार आहे. स्वत:च्या वा मुलांच्या इच्छा दडपायच्याही नाहीयेत; पण, सध्याच्या समाजाप्रमाणे त्या अनिर्बंधही होऊ द्यायच्या नाहीयेत. अर्थार्जन बंदही करायचं नाहीये; पण, त्याचा अतिरेकही टाळायचाय. अत्यावश्यक तेवढा संग्रह करायचाय; पण, अतिरेकी संचय-संग्रह नाकारायचाय. भविष्याची थोडी तरतूद करायचीये; पण, त्या चिंतेनं चालू राहणारं सततचं अर्थार्जन मात्र टाळायचंय.

असं जगणं म्हणजे संतुलित आयुष्य. त्यात प्रवृत्तीही सामावलेली असेल, निवृत्तीही आणि काही प्रमाणात विरक्तीही. जीवनाचे तसे कप्पे पाडण्यापेक्षा ह्या तिन्हींतलं गतिमान संतुलन सांभाळत संपूर्ण जीवन जगणं हेच सर्वोत्तम. 'सौर आरोग्य' ह्या पुस्तकात,* संपूर्ण जीवनाची अशी आखणी करण्याला आम्ही 'आयुश्चर्या'

---

* राजहंस प्रकाशन

असं नाव दिलंय. वाचकांनी ते प्रकरण अवश्य वाचावं, ही विनंती.

अशा मूलभूत विषयांवरचं चिंतन नेहमीच्या कामांच्या गर्दीत होत नाही. पण, असं एखादं पत्र आलं की, त्या चिंतनाला निमित्त मिळून पुनश्च एकवार गती येते. सदर पत्रलेखकाला त्यासाठी मनःपूर्वक धन्यवाद.

६४

उपभोग वाढवा !

चीननं 'निर्याताभिमुख उत्पादना'ऐवजी 'देशान्तर्गत उपभोगासाठी उत्पादन' ही दिशा स्वीकारली. त्यासाठी शहरीकरणाचा जंगी कार्यक्रम आखला. ह्या धोरणाची घातकता समजावून सांगणारं, एप्रिल २०१५च्या अंकाचं हे संपादकीय.

प्रचलित 'विकासा'चं ध्येय आहे 'आर्थिक वाढ'. ती होण्यासाठी सर्व प्रकारच्या उत्पादनांत वाढ व्हावी लागते. पण, असं केवळ उत्पादन वाढून भागत नाही. ते खपलंच नाही, तर?—म्हणून उपभोगही सतत वाढते राहतील हे बघावं लागतं.

उपभोग अतिरेकी प्रमाणात वाढणं हे, खरं म्हणजे, व्यक्ती, परिवार, समाज आणि पर्यावरण ह्या सर्व व्यवस्थांसाठी घातक असतं. त्यातून 'सम्यक् विकासा'च्या प्रक्रियेत तर बाधा येतेच; पण, आंतरिक आणि बाह्य निसर्गाच्या मर्यादा अधिकाधिक आवळल्या जाऊ लागून, पुढे ती आर्थिक वाढही धोक्यात येते.

पण, ह्या मर्यादा मान्य केल्या, तर तो माणूस कुठला? त्या मर्यादांची तमा न बाळगता उपभोग-उत्पादन वाढवणं, हे तर त्याचं आजचं ध्येय आहे.

उपभोगवाद ही मुळातच एक समस्या-निर्मायक आणि समस्या-वर्धक बाब आहे. तिला शहरीकरणाच्या (किंवा, जाहिरातींसारख्या अन्यान्य) धोरणांतून प्रोत्साहन देणं हे, खरं म्हणजे, आपराधिक स्वरूपाचं कृत्य आहे.

ह्या मानवी मनोवृत्तीचं उत्तम उदाहरण म्हणजे चीन. पश्चिमी देशांतील आर्थिक मंदीमुळे चीन संकटात आलेला असताना, आता 'निर्याताभिमुख उत्पादना'ऐवजी 'देशान्तर्गत उपभोगासाठी उत्पादन' ही दिशा त्यानं स्वीकारली आहे, आणि त्या अनुषंगानं आपल्या देशाचं शहरीकरण करण्याचा जंगी कार्यक्रम आखला आहे. शहरी जनता अधिक उपभोग घेते, तिला विविध आकर्षणांनी प्रलोभित करून उपभोगवादी बनवता येतं, म्हणून हे शहरीकरण!

तथापि, शहरं ही व्यवस्था मूलत:च अनेक प्रकारांची हानी करणारी असते. व्यक्तींची शारीरिक-मानसिक हानी, ढळणारं कौटुंबिक स्वास्थ्य, सातत्यानं वाढणाऱ्या सामाजिक समस्या आणि विकृती, आणि पर्यावरणाचा सर्वंकष विद्‌ध्वंस असा ह्या हानीचा वर्णपट विस्तृत असतो. युरोप-अमेरिका-चीन... जिथे जिथे शहरीकरण झालंय, तिथे प्रत्येक ठिकाणी हेच झालंय-होतंय. भारताची धोरणंही कमी-अधिक प्रमाणात अशीच आहेत. त्यामुळे, जे चीनचं झालंय-होतंय, तेच भारतातही घडतंय.

GDP-वाढीच्या झापडबंद ध्येयामुळे ह्या हानींकडे पूर्ण दुर्लक्ष होतं; किंवा, त्यांवरच्या उपाययोजना ह्या GDPमध्ये भरच घालत असल्यानं त्यांचं छुपं स्वागतच होतं. पण, ह्यातून वरील सर्वच स्तरांवरची अ-धारणाक्षमता वाढत आहे; प्रचलित विकासच अ-धारणाक्षम होत आहे, ह्याचं तरी भान आपण ठेवणार आहोत की नाही? का, आमची दृष्टी इतकी ऱ्हस्वच असणार आहे की, 'परवा' किंवा 'उद्या'ही नव्हे; तर, 'आज'-'आत्ता' विकास झाला की पुरे, असं आम्ही म्हणणार आहोत?

आपण एक लक्षात ठेवू या की, उपभोगवाद ही मुळातच एक समस्या-निर्मायक आणि समस्या-वर्धक बाब आहे. तिला शहरीकरणाच्या (किंवा, जाहिरातींसारख्या अन्यान्य) धोरणांतून प्रोत्साहन देणं हे, खरं म्हणजे, आपराधिक स्वरूपाचं कृत्य आहे. 'उपभोगवादी' ह्या विशेषणाची खरं म्हणजे शरम वाटायला हवी; पण, त्याचा आता लोकांना अभिमान वाटतो! जनतेलाही तेच हवंय, नि राज्यकर्त्यांनाही; त्यामुळे सर्वच व्यवस्था अगदी जाणीवपूर्वक विनाशाकडे नेल्या जात आहेत.

हे सगळं चुकीचं चाललंय हे ज्यांना पटतं, त्यांनी किमान स्वत:च्या जीवनाला तरी वेगळी दिशा द्यायला हवी. शहरात राहत असलो, तरी उपभोगवादी न बनणं; शहर सोडून खेड्यात जाणं; स्वत:चं अन्न स्वत: पिकवणं हे ह्या दिशेतल्या प्रवासाचे व्यावहारिक टप्पे आहेत. प्रचंड ताकदीच्या सत्ताधाऱ्यांशी लढण्यात शक्ती वाया घालवण्यापेक्षा, तूर्तास अशी 'हरित साधना' करीत राहणंच शहाणपणाचं आहे.

आपण निसर्गविनाशाला हातभार लावायचा; की, निसर्ग ही सर्वोच्च प्रणाली टिकावी म्हणून संयमित उपभोगाचं जीवन जगायचं, हा निर्णय शहरवासीयांना आता घ्यावाच लागणार आहे.

६५

अभिनंदनीय; पण...

दिल्लीच्या राज्य-शासनानं हवेचं प्रदूषण कमी करण्यासाठी 'सम-विषम क्रमांकांच्या वाहनां'ची योजना सुरू केली. तिचं स्वागत करणारं; पण, तीमधलं अपुरेपण दाखवणारं, जानेवारी २०१६च्या अंकाचं हे संपादकीय.

'व्यक्तिवाद वाढवणं' हे प्रचलित विकासनीतीचं एक महत्त्वाचं धोरण असतं. वाढीव उत्पादन खपवण्यासाठी नवनवे ग्राहक मिळवण्याचाच तो एक मार्ग. पूर्वी दूरभाष 'घराचा', म्हणजेच कुटुंबाचा असायचा : ४-५ जणांत एक. अशानं 'विकास' कसा होणार? म्हणून मग 'प्रत्येकाचा स्वतंत्र मोबाईल' अशी प्रथा रुजवायची. म्हणजे मार्केट एकदम ५ पटींनी वाढणार. मग, अधिकाधिक स्मार्ट संच बाजारात आणत राहणं; एका व्यक्तीचेच २-३ संच असण्याला प्रोत्साहन देणं... हे पुढचे टप्पे. उपभोगप्रवण बनलेला समाज मग स्वेच्छेनंच त्या दिशेत पुढे जात राहतो.

तीच गोष्ट मोटारींची. पूर्वी मोटार ही कुटुंबाची असायची. मग, उत्पादन वाढवून 'प्रत्येकाची स्कूटर / मोटर-सायकल' असा व्यक्तिवाद आला. दरम्यान, 'कुटुंबातल्या एकानंच कमवायचं' ही प्रथा संपून 'प्रत्येकानं पैसे कमवायचे' असा वेगळ्या प्रकारचा व्यक्तिवाद ('स्वातंत्र्य'!) सुरू झाला. त्यातून 'प्रत्येकाची वेगळी दुचाकी/चारचाकी' अशी प्रथा रूढ झाली. ('आम्हाला परवडते तर आम्ही का नाही घ्यायची?')

अशा प्रकारचा अतिरेकी व्यक्तिवाद अखेर बूमरँगसारखा आपल्यावरच कसा उलटतो, हे दिल्लीनं दाखवून दिलं. तिथे वाहनजन्य प्रदूषण इतकं झालं की, कोणत्याही एका दिवशी निम्मीच वाहनं रस्त्यावर येतील हे बघणं आवश्यक बनून गेलं. वास्तविक दीड-दोन दशकांपूर्वी अनिल अगरवालांनी ह्याच मुद्द्यावर लढा देऊन दिल्लीतलं प्रदूषण कमी केलं होतं. पण, एवढ्या कमी काळात पुन्हा तीच स्थिती येऊन ठेपली. आता अरविंद केजरीवालांनी एक अभिनंदनीय निर्णय घेऊन ती पुन्हा सुधारण्याचा विडा उचलला आहे.

सम-विषम क्रमांकांची व्यवस्था कायम चालू राहील का, हे बघणं औत्सुक्याचं ठरेल. विकासनीतीतल्या बदलामुळे परिस्थितीत झटकन् मोठी सुधारणा होते हे खरं असलं, तरी तो मार्ग मला कधीच 'अंतिम उपाय' म्हणून पटत नाही. उद्या दुसरा

राज्यकर्ता—किंवा, हाच राज्यकर्ताही!—लेखणीच्या एका फटकाऱ्यासरशी हा निर्णय बदलू शकतो. तांत्रिक उपाय हे देखील अपुरेच असतात. गाड्यांची कार्यक्षमता वाढवणं हा उपाय नाही असं नाही; पण, इकडे कार्यक्षमता २ पट वाढते, तोवर तिकडे गाड्यांची संख्या २०० पट वाढते. म्हणजे प्रदूषणात १०० पट वाढच होते.

म्हणूनच, अंतिम—किंवा, स्थायी—उपाय म्हणजे गाड्या ही गरज बनवणाऱ्या प्रचलित विकास-प्रतिमानाचाच त्याग. उद्योगीकरण-शहरीकरण ही दिशाच बदलणं. स्थानिकीकरणाकडे जाणं. माणसांची काय, किंवा मालाची काय : वाहतूकच टाळणं. अ-नवीकरणक्षम ऊर्जांचा वापरच टाळणं.

राष्ट्रं, समाज ह्या दिशेनं केव्हा पुढे जातील कुणास ठाऊक! पण, दरम्यान, 'सम्यक् विकासा'ची ही मूलतत्त्वं आपल्या व्यक्तिगत आचरणात उतरवायला काय आडकाठी आहे? निजी वाहन हवंच असेल, तर ते 'सायकल' हे का असू नये? तेही उत्तर 'अंतिम' नाहीच; पण, अंतिम उत्तराची ती सुरुवात तर निश्चितच आहे.

तथापि, असं वांछनीय परिवर्तन होण्याची शक्यता किती?—जवळपास शून्य! शक्यता हीच अधिक आहे की, लोक पर्यायी क्रमांकाचं दुसरं वाहन विकत घेऊन फक्त स्वत:ची सोय पाहतील. आपण जर इतके ऱ्हस्व दृष्टीनं, स्वार्थीपणानं वागणार असू, तर आपल्याला कोणीही वाचवू शकणार नाही.

६६

मातीचे कुल्ले

वाहनजन्य प्रदूषण कमी करण्याचे सध्याचे उपाय हे वरवरचे आहेत; खासगी वाहनांची अतिरेकी वेगानं वाढणारी संख्याच मुळात कमी करायला हवी, हे पुन्हा एकदा सांगणारं, डिसेंबर २०१६च्या अंकाचं हे संपादकीय.

नोव्हेंबराच्या सुरुवातीला दिल्लीत हवेच्या प्रदूषणानं हाहाकार माजून ३-४ दिवस शाळा बंद ठेवाव्या लागल्या. दैनंदिन व्यवहार करणं अशक्य होऊन बसलं.

बीजिंग शहरही प्रदूषणामुळे असंच अधूनमधून बंद पडतं.

दिल्लीच्या हवा-प्रदूषणाची समस्या नवी नाही. ह्या वेळी पंजाबातून धूर येण्याचं कारण होतं; पण, खुद्द दिल्लीतलं हवा-प्रदूषणच व्यवहार ठप्प व्हायला आजवर अनेकदा कारणीभूत ठरलेलं आहे : मुख्यत: वाहनजन्य प्रदूषण. त्याविरुद्ध प्रथम आवाज उठवला अनिल अगरवालांनी. त्याचा परिणाम म्हणून दिल्लीतल्या बसगाड्या आणि रिक्षा CNGवर चालू लागल्या. तथापि, ह्यामुळे झालेली सुधारणा अल्पकाळच टिकून प्रदूषण पुन्हा वाढलं नि केजरीवालांवर सम-विषम क्रमांकांची योजना राबवण्याची वेळ आली. प्रायोगिक तत्त्वावर दोनदा राबवलेली ही योजना कायमस्वरूपींच का राबवली जात नाही, हे कळत नाही. वाहनजन्य प्रदूषणाच्या जोडीलाच तंदुऱ्यांमध्ये कोळसा जाळण्यानं होणारा धूर, बांधकामं अशांसारख्या कारणांचीही भर पडते. ह्या खेपेस पंजाबातील धुराची त्यात भर पडली, एवढंच.

दिल्लीत हे प्रदूषण वर निघून न जाता जमिनीजवळ साचून राहतं ह्याला कारण आहे तिथली हवा. ही जी समस्या उद्‌भवते ती प्राय: हिवाळ्यात; कारण, त्या काळात हवा अतिशय थंड असते, आणि तिचं अभिसरण पूर्णत: थांबलेलं असतं. कर्बाच्या कणांभोवती पाणी साठून प्रचंड धुकं तयार होतं, नि 'घने कोहरे के कारण' रूळगाड्या-विमानांची वाहतूक अनेकदा बंद पडल्याच्या बातम्या आपण ऐकतो. सूर्य खूपच दक्षिणेकडे कललेला असतो आणि त्याचे सौम्यतम तिरपे किरण हे धुकं वितळवायला असमर्थ ठरतात.

स्थानिक परिस्थितीची ही वैशिष्ट्यं लक्षात घेतली, तर प्रदूषण कमी करण्याचे सध्याचे उपाय हे निव्वळ मातीचे कुल्ले आहेत, हे कुणाच्याही लक्षात येईल. धूर ओकणाऱ्या वाहनांऐवजी CNGवरची वाहनं हाही मातीचाच कुल्ला होता, नि त्याचा परिणाम काही काळच टिकला. सम-विषम-क्रमांकाच्या योजनेचा परिणामही अल्प-काळच टिकेल. चीनमध्ये, कॅनडातील शुद्ध हवा डब्यांमध्ये भरून विकण्याचा उद्योग सुरू आहे. तोही मातीचाच कुल्ला! वाहनांची ऐंधन-कार्यक्षमता वाढवणं; सुधारित मानकं लागू करणं हे उपाय चांगले असले, तरी तेही अल्पकाळच उपयोगी ठरतील.

कारण, ह्या सगळ्याचं जे मूळ आहे त्यावर घाव घालायला कुणीच तयार नाही : खासगी वाहनांची अतिरेकी वेगानं वाढणारी संख्या. 'अशी संख्यात्मक वाढ म्हणजेच विकास' ही धारणा जोवर बदलत नाही, तोवर वरच्यासारखे कितीही मातीचे कुल्ले लावले, तरी ते अल्पजीवीच ठरणार. उद्योग, शहरं, वाहनं, गृहनिर्माण... सगळं काही बैल होऊ पाहणाऱ्या बेडकीसारखं अप्रमाण फुगतंय. खासगी वाहनांना प्रोत्साहन; त्यासाठी सार्वजनिक वाहतुकीचा हेतुपूर्वक खेळखंडोबा करणं हे धोरण जोवर राबवलं जातंय, तोवर प्रदूषण कमी होणार कसं? शेवटी एखाद्या शहराची काही एक निर्वहन-क्षमता असते. रस्त्यांवर किती वाहनं धावू शकतात ह्याची एक

मर्यादा असते. ती कैक पटींनी ओलांडली गेली, तर तिथल्या हवेचं काय होणार? हल्ली डॉक्टर 'सकाळी मोकळ्या हवेत फिरायला जाऊ नका' असा सल्ला देऊ लागले आहेत, त्याचं कारण हे प्रदूषणच!

शहरीकरण—आणि ते ज्यामुळे होतं ते उद्योगीकरण—ही फक्त समस्याच निर्माण करणारी प्रक्रिया आहे, हे आपण कायम ध्यानात ठेवायला हवं. 'शहरांतलं जीवन हेच उच्च दर्जाचं जीवन' हा लबाड आणि हितसंबंधी लोकांनी निर्माण केलेला आणि जोपासलेला भ्रम आहे. ह्या दोन्ही प्रक्रिया संसाधनांचा आणि ऊर्जांचा अतिरेकी व्यय आणि अपव्यय करणाऱ्या आहेत. पण, एकूणापैकी ६५% GDP हा शहरांतून जमा होत असल्यानं ह्या सर्व पार्यावरणिक समस्यांकडे काणाडोळा करून शहरीकरणाला प्रोत्साहनच दिलं जातं. ह्यात पुन्हा बांधकाम-व्यावसायिक, उद्योगपती, विक्रेत्यांची साखळी, डॉक्टर, वकील, विविध कंत्राटदार ह्यांचे हितसंबंध असतात. राजकारणी आणि हे सर्व घटक ह्यांचा एक सिद्ध-साधकांचा मेळा असतो, ज्याच्यासाठी ही विकासनीती अत्यावश्यक असते. लोक खेड्यात जगूच शकणार नाहीत, हेही त्यासाठी पाहिलं जातं. शेती अधिकाधिक तोट्याची बनत जाणं; शेतमालाचे भाव कमी ठेवणं; पाण्यासारखी मूलभूत गरजही न भागवणं... अनेक प्रकारांनी लोक—विशेषत: युव—गाव सोडून शहरांकडे जातील हे पाहिलं जातं. जातीपातीचं राजकारण, गुंडगिरी हे सामाजिक घटकही ह्याला कारण ठरतात. शिवाय, गावांतल्यांना शहरी सुखसोयींचं आकर्षण असतंच.

ह्या सगळ्या गतिकीची फार मोठी किंमत आपण एकीकडे शारीरिक-मानसिक स्तरांवर अंतर्गत पर्यावरणात; आणि संसाधनं-ऊर्जा-प्रदूषण-कचरा ह्या बाबतींत बाह्य पर्यावरणात मोजत आहोत. अगदी औद्योगिक क्रांतीच्या पहिल्या दिवसापासून ही किंमत मोजली जात आहे, नि आज तर ती अप्रमाणच वाढलेली आहे. वर ज्यांना मातीचे कुल्ले म्हटलेलं आहे, त्या सर्व अत्यंत तात्कालिक, वरवरच्या उपाययोजना आहेत.

समस्या सुटण्यासाठी घाव मुळावर घालायला हवा आहे : ऊर्जा आणि तंत्रज्ञान ह्यांच्यावरच! 'ह्या दोनांचा सातत्यानं वाढता वापर' ही आत्मघातकी संकल्पना पायाभूत मानून तीनशे वर्षं 'विकास' चालू आहे. जोवर आपण तो वापर अत्यंत सीमित करत नाही, तोवर विनाश अटळ आहे. उद्योगीकरण कशासाठी?—अधिक उत्पादनासाठी! अधिक उत्पादन कशासाठी—अधिक उपभोगासाठी! पण, ह्या अधिकाधिक उपभोगाच्या आणि उत्पादनाच्या प्रक्रियाच जर, अनुक्रमें, आतून आपल्याला आणि बाहेरून निसर्गाला संपवत असतील—तो 'विकास' नसून 'विनाश' असेल—तर त्या थांबवायला नकोत का?

विकासनीतीत असा बदल केव्हा होईल हे कुणालाच माहीत नाही. पण, आपल्या

व्यक्तिगत/पारिवारिक जीवनात तरी असा बदल करणं आपल्या हातात निश्चित आहे. ग.सं.ला जीवनशैलीतला असा बदल अपेक्षित आहे : जीवनातला संसाधनं, ऊर्जा आणि तंत्रज्ञानाचा वापर कमी-कमी करत जाणं. स्वत:च्या आणि पर्यावरणाच्या समस्या 'सुटण्या'चा हाच एकमेव मार्ग आहे.

गेली सुमारे २४ वर्षं असं जगण्याचा प्रयत्न करताना आम्हाला क्षणोक्षणीं हा अनुभव येतो आहे. आमच्यासारखे जे अनेक 'हरित साधक' आहेत, त्यांचाही अनुभव तसाच आहे. थोड्या धीरानं, थोड्या निष्ठेनं प्रयत्न केल्यास कुणालाही त्याची प्रतीती येऊ शकेल. पहिली गरज आहे ती 'विनाशाची वाट विकासाची वाटणं', आणि 'खऱ्या विकासाच्या वाटेवर चालायला लागताना विनाशाची भीती वाटणं' ह्या स्वनिर्मित भ्रमांतून बाहेर पडण्याची.

६७

कुंभमेळा, पंढरपूर, अमरनाथ आणि हज

निसर्गाच्या धारणेसाठी भक्तांनी विशिष्ट दिवशीच/काळातच एखाद्या ठिकाणी महागर्दी करण्याचं टाळायला हवं असं सांगणारं, जुलै २०१९च्या अंकाचं हे संपादकीय.

गेल्या अंकात 'हिरवं वाचन' ह्या सदरात अजित बर्जेनं कुंभमेळ्यामुळे प्रयागराज ह्या शहराची आणि त्याच्या परिसरातील गावांची कशी वाताहत झाली; गंगा अधिकच प्रदूषित कशी झाली ह्याविषयी सांगणाऱ्या एका लेखाचा परिचय करून दिला आहे. तो वाचताना माझ्या असं मनात आलं की, कुंभमेळाच काय; पण, सर्वच 'धार्मिक पर्यटना'मुळे त्या त्या धर्मस्थळांचं असंच होत नसेल का?

नुकतीच पंढरपूरला आषाढी वारी झाली. एकादशीच्या दिवशी त्या छोट्या गावात १२ लाख भाविक दर्शनासाठी आले होते! एका दिवशी एका गावात इतक्या मोठ्या संख्येनं जेव्हा माणसं येतात, तेव्हा त्या परिसराचं काय होत असेल? इतक्या

लोकांचं मलमूत्र कुठे पडत असेल? इतकी सारी घाण चंद्रभागेत गेल्यावरही तिला 'पवित्र'च मानायची का?

अशा साऱ्या यात्रा-मेळ्यांच्या 'पावित्र्या'ला लोकसंख्या, तंत्रज्ञान ह्यांचा काही संदर्भ, मर्यादा आहे की नाही? कुंभमेळा, पंढरपूरसारख्या यात्रा ह्या प्राचीन काळापासून भरताहेत. पण, त्या काळीं भारताची, महाराष्ट्राची लोकसंख्या किती होती? वाहतुकीच्या सुविधा किती होत्या? फार मागचा नको : अगदी स्वातंत्र्याच्या वेळचा विचार करू. त्या वेळी भारताची लोकसंख्या फक्त ३५ कोटी होती. वाहतूक-सुविधा अत्यल्प होत्या. अशा वेळी कुंभमेळ्याला किती लोक येत असतील? पंढरीच्या वारीला किती लोक जात असतील? तेवढ्यानंही एका दिवशी खूप घाण, प्रदूषण होतच असणार; पण, तरीही त्याला एक मर्यादा होती. तेवढं प्रदूषण चालून जायचं. पण, आता लोकसंख्या झाली आहे त्याच्या जवळजवळ चौपट. शिवाय, आता तिथे जाण्यासाठी वाहतुकीच्या सुविधा नको इतक्या आहेत. त्यामुळे गर्दीला काही सुमारच उरलेला नाही. मग कचरा, प्रदूषण अतिरेकी प्रमाणात होणारच!

नुकतीच १ जुलैला अमरनाथ-यात्रा सुरू झाली. यंदा १।। लक्ष भाविक अमरनाथाचं दर्शन घेणार आहेत! ह्या यात्रेकरूंच्या निव्वळ शारीरिक उष्णतेमुळे त्या गुहेतलं शिवलिंग वितळू लागतं. ज्या देवाचं दर्शन घ्यायला म्हणून जायचं, त्याचं मूर्तिरूपातलं अस्तित्वच धोक्यात आणणारी ही भक्तांच्या शारीरिक उष्णतेची लाट!

अशा यात्रा-मेळ्यांच्या वेळचं प्रदूषण-कचरा-घाण हा एक मुद्दा; तर त्यांचा कर्ब-पदभार हा दुसरा. भक्त आणि यंत्रणा ह्यांच्याकडून मिळून किती खनिज तेलाचा आणि विजेचा वापर होत असेल? ह्यातल्या पायी वारी करणाऱ्यांचा कर्ब-पदभार खूप कमी असतो; पण, असे वारकरी किती; आणि एकादशीच्या, वा 'पवित्र स्नाना'च्या दिवशी वाहनानं तिथे जाणारे किती? अमरनाथाची यात्रा तर वाहनानंच केली जाते. हज-यात्रेला जाणारे तर विमानांनीच जातात; म्हणजे त्यांचं कर्ब-पदचिन्ह तर सर्वाधिक असतं.

—अशा साऱ्या पर्यटनांना हल्ली 'धार्मिक पर्यटन' म्हटलं जातं. ते करून भक्तगण म्हणे 'पुण्य' कमावतात! 'धर्म' ह्याचा अर्थ 'धारणा करतो तो' असा आहे : मग, हा निसर्गाला प्रदूषित, उद्ध्वस्त करणारा 'धर्म' कसा; नि त्यातून पुण्यलाभ होईल की, पापसंचय?

शिवाय, असं पुण्य मिळवून तरी काय होणार? त्यानं मुक्ती मिळेल? कदापि नाही! शंकराचार्य म्हणतात :

कुरुते गंगा-सागर-गमनं व्रत-परिपालनम् अथवा दानम् ।
ज्ञानविहीने सर्वमनेन मुक्तिर् न भवति जन्मशतेन ।।

—शेकडो जन्म हे सगळं केलं तरी, आत्मज्ञानाविना मुक्ती नाही! हे 'आत्मज्ञाना'चं

ध्येय यात्रा-वाऱ्यांच्या कर्मकांडात गुंतलेल्यांच्या गावीं तरी असतं का?

'मोक्षालागि धन वेचावे न लगे' असा एक अभंग आहे. मोक्ष म्हणजेच आत्मज्ञान. त्याच्यासाठी 'धन' तर लागत नाहीच; पण, 'संसा-धन' आणि 'इं-धन'ही लागत नाही! 'बैसले ठायीं' ती साधना होते. मग, कशाला हा यात्रांचा अट्टहास?

हे लक्षात घेऊन, अशा विशिष्ट दिवशीच/काळातच एखाद्या ठिकाणी महागर्दी करण्याचं सर्वांनी टाळायला हवं. यात्रा, मेळ्यांच्या ठिकाणच्या लोकसंख्येवर कायद्यानं नियंत्रण घालणं हे 'धार्मिक स्वातंत्र्यावरचं आक्रमण' मानलं जाईल. त्यामुळे, निसर्गाच्या धारणेसाठी भक्तांनी ते स्वत:च घालून घेणं, हाच सर्वोत्तम उपाय आहे.

६८

मातीवर चढणे एक नवा थर अंतीं !

पावसाळ्यातील एका दुर्घटनेत, पुणे जिल्ह्यातलं माळीण हे गाव कोसळलेल्या डोंगराखाली गाडलं गेल्याच्या दुर्घटनेनंतरचं, सप्टेंबर २०१४च्या अंकाचं हे संपादकीय.

कुसुमाग्रजांची एक नितान्तसुंदर कविता आहे : 'मातीची दर्पोक्ती' नावाची. मानवाची सारी भौतिक निर्मिती अल्पकाळ टिकणारी आहे; एके दिवशी ती पार धुळीला मिळतेच मिळते, असं त्या कवितेत धूलिकण सांगतात. त्यातली काही कडवी इथे उद्धृत करावीशी वाटतात :

अभिमानी मानव आम्हाला अवमानी
बेहोष पाउले पडती अमुच्यावरुनी
त्या मत्त पदांना नच जाणीव अजूनी
की मार्ग शेवटी सर्व मातिला मिळती
—मातीवर चढणे एक नवा थर अंतीं!

प्रासाद भिडू द्या गगनाला गर्वात
डोलु द्या पताका सत्तेच्या उन्मत्त
दौलती उठू द्या प्राशुनि दुर्बळ रक्त
कोसळेल इमला समूळ एका राती
—मातीवर चढणे एक नवा थर अंतीं!

पाहून हसू ये तुमचे ताजमहाल
अन् गर्व किती तो! काल काय जिंकाल?
शेकडो ताजही जिथे शोभले काल
ती प्रचंड नगरे आज आमुच्या पोटीं
—मातीवर चढणे एक नवा थर अंतीं!

खरं म्हणजे ही 'दर्पोक्ती' नाहीच : ती आहे 'स्पष्टोक्ती', किंवा 'यथार्थोक्ती'. माती उद्दामपणे किंवा गर्विष्ठपणे काही सांगत नाहीये; तर, जे निखळ वास्तव आहे ते ती स्पष्टपणे सांगतीये. मानवाच्या मनात असा भ्रम आहे की, आपण कृत्रिमरीत्या जे काही निर्माण केलंय, तो आपला 'निसर्गावरचा विजय' आहे. आपण ह्या 'विकासा'तून काही तरी महान कार्य केलंय ह्याचा माणसाला गर्व आहे. कुसुमाग्रजांच्या कवितेतले धूलिकण माणसाच्या ह्या भ्रमाचा भोपळा फोडतात; त्याचं गर्वहरण करतात. अहंकारी मानवाची जी काही निर्मिती आहे—भव्य असो वा क्षुद्र—ती एक ना एक दिवस अक्षरश: धुळीला मिळते; मातीच्या थराखाली गाडली जाते.

ह्या काव्याची आठवण होण्याचं कारण म्हणजे माळीण-दुर्घटना. जवळपास संपूर्ण गावावर असा एक मातीचा थर चढला. ही घटना एकमेवही नाही, अन् आजचीही नाही. 'मातीवर चढणे एक नवा थर अंतीं' हा प्रकार निसर्गात अधूनमधून चालूच असतो. भौतिकदृष्ट्या विकसित अशा मोहंजोदडो आणि हडप्पाच्या सभ्यता आणि नालंदाचं विद्यापीठही काही सहस्र वर्षांपूर्वी असंच मातीखाली गाडलं गेलं. सध्या जिथे उत्तर भारताचा पठारी प्रदेश आहे, तिथे लक्षावधी वर्षांपूर्वी समुद्र होता. धुपणाऱ्या हिमालयाचा गाळ साचून तोही नाहीसा झाला : तिथे आता जमीन आहे. इथे 'जमिनीनं समुद्र गिळला' म्हणावं, तर ठिकठिकाणी समुद्रानंही जमीन गिळंकृत केली आहे. त्सुनाम्या येतात नि किनारपट्टीवरचे भूभाग समुद्रात गडप होतात!

पृथ्वी आणि आपच नव्हे, तर पाचही महाभूतांच्या शक्ती इतक्या अफाट, अपरिमेय आहेत की, मानवानं आपल्या शक्तीची क्षुद्रता जाणून त्यांच्यापुढे, खरं तर, भयनम्र व्हावं. त्यांची स्तुतिस्तोत्रं गावीत का; किंवा, त्यांचा प्रकोप होऊ नये म्हणून प्रार्थना वा शांत करावी का, हा ज्याच्या त्याच्या इच्छेचा प्रश्न आहे; पण, महाभूतांवर आपलं नियंत्रण नाही, हे मात्र माणसानं पुरतेपणीं समजून असावं.

'निसर्गशरण' असण्यात कमीपणा काहीच नाही; उलट, त्यात वास्तवाची एक प्रगल्भ जाण आणि शहाणीव आहे.

म्हणजे मग माणसानं सभ्यतांची (civilizations) निर्मिती करायचीच नाही का? तसंही नाही. पण, ही निर्मिती करत असताना एकीकडे निसर्गाच्या मर्यादांचं भान ठेवायचं, नि दुसरीकडे हे सारं क्षणभंगुर आहे, निसर्गाधीन आहे ह्याची जाणीवही ठेवायची.

निसर्गाच्या मर्यादांचं भान म्हणजे काय?—त्याचे अनेक पैलू आहेत. आपण जी काही निर्मिती करणार, तिच्यासाठीची संसाधनं नवीकरणक्षम आहेत ना; त्यांच्या वापराचा वेग हा त्यांच्या नवीकरणाच्या वेगापेक्षा कमी आहे ना; वापरायच्या ऊर्जा ह्या भांडवली (capital) स्वरूपाच्या नसून आय (income) ह्या स्वरूपाच्या आहेत ना; तंत्रज्ञानाचा पर्यावरणावरचा आघात न्यूनतम आहे ना... असे अनेक पैलू विचारात घ्यायचे. स्थानिकता, विकेंद्रितता, विघटनक्षमता, श्रम-सघनता अशी अनेक पर्यावरणीय मूल्यं ह्यातून मग आपोआप जपली जातील. ह्या साऱ्यातून एकीकडे मानवी सर्जनाची भूकही भागेल, नि दुसरीकडे त्या सर्जिताची निसर्गस्नेहिताही जपली जाईल.

अन् हे सर्जन करतानाही त्याच्या संहाराचं भान जागं ठेवायचं. निसर्ग ही एक नित्यपरिवर्तनशील गोष्ट आहे; इथे कोणतीही निर्मिती अनंत काळ टिकू शकत नाही, हे सदैव लक्षात ठेवायचं. सर्जिताचा संहार होतोच होतो, हे ध्यानात ठेवायचं. त्या चक्राची जाणीव ठेवायची. सर्जन चांगल्यात चांगलं करायचं; पण, त्या सर्जितात गुंतूनही राहायचं नाही. शक्य तर आपणच त्याचं वि-सर्जन करायचं.

भारतीय तत्त्वज्ञानानं भारतीयांचं मानस ह्याच प्रकारे घडवलं. त्यामुळेच अभ्युदय (ऐहिक प्रगती) आणि निःश्रेयस (आध्यात्मिक प्रगती) ह्या दोन्हींची प्राप्ती इथे होत

मानव संयमितपणे जगला म्हणून नैसर्गिक आपत्ती येणारच नाहीत असं नाही; पण, मानवाची अनिर्बंध वागणूक ही अशा आपत्तींची संख्या, प्रमाण, शक्यता आणि तीव्रता वाढवते, हे मात्र निश्चित. निसर्गतः कडे कोसळणारच; महापूर येणारच; भूकंप-ज्वालामुखींचे उद्रेक होणारच; वणवे लागणारच; त्सुनाम्या उसळणारच. पण म्हणून डोंगरांवर वृक्षतोड करून, रस्ते बांधून, माती धुपवून, नद्या गाळानं भरवून, तापमानवाढ करून आपण आपत्तींचं प्रमाण वाढवायचं का? निसर्गतः जे घडेल, त्यावर आपल्यापाशी उपाय नाही : प्रश्न आहे तो त्यात भर घालण्याचा.

राहिली. चौदा विद्या–चौसष्ट कलांची जोपासना ह्या देशानं केली; पण, 'नलिनीदलगत जलम् अतितरलम् । तावद् जीवनम् अतिशयचपलम्' हे वास्तवही तो कधी विसरला नाही. त्यामुळेच ती भौतिक प्रगती टिकाऊ ठरली, धारणाक्षम ठरली. निसर्गाची हानी करून होणारी निर्मिती इथे निषेधार्ह होती.

आजचे विकासवादी ह्याला कितीही नावं ठेवोत : विकासाचं हेच प्रतिमान धारणाक्षम आहे. आजच्या समृद्धीच्या झगमगाटाला भुललेले भौतिकवादी लोक ह्या संयमित प्रगतीची कितीही कुचेष्टा वा निंदा करोत : एक सत्य निरपवादपणे उरतंच की, आजच्या निसर्गविरोधाची, निसर्गहानीची फार मोठी किंमत आपण आजही मोजत आहोत, नि उद्या ह्याहूनही मोठी किंमत मोजावी लागणार आहे. मानव संयमितपणे जगला म्हणून नैसर्गिक आपत्ती येणारच नाहीत असं नाही; पण, मानवाची अनिर्बंध वागणूक ही अशा आपत्तींची संख्या, प्रमाण, शक्यता आणि तीव्रता वाढवते, हे मात्र निश्चित. निसर्गतः कडे कोसळणारच; महापूर येणारच; भूकंप-ज्वालामुखींचे उद्रेक होणारच; वणवे लागणारच; त्सुनाम्या उसळणारच. पण म्हणून डोंगरांवर वृक्षतोड करून, रस्ते बांधून, माती धुपवून, नद्या गाळानं भरवून, जागतिक तापमानवाढ करून आपण अशा आपत्तींचं प्रमाण वाढवायचं का? निसर्गतः जे घडेल, त्यावर आपल्यापाशी उपाय नाही : प्रश्न आहे तो त्यात भर घालण्याचा.

मानववंशशास्त्राचा एक महत्त्वाचा सिद्धान्त असा आहे की, ज्या सभ्यता निसर्गाच्या विरोधात गेल्या; ज्यांनी निसर्गावर विजय मिळवायचा प्रयत्न केला, त्या त्यामुळेच नाश पावल्या. अन् ज्या सभ्यता निसर्गाच्या साथीत जगल्या त्या टिकून राहिल्या. पाश्चात्त्य आणि पौर्वात्य असे त्यांचे ढोबळ गट पडतात.

आज हे गट वेगळे उरलेले नाहीत. जपानी, चिनी आणि भारतीय सभ्यताही 'पौर्वात्य' राहिलेल्या नसून साऱ्यांचं वैचारिक-व्यावहारिक पश्चिमीकरण झालेलं आहे. ह्या आजच्या 'विकासा'विषयीही ते धूलिकण असं काही तरी म्हणत असतील :

उद्योग वाहने याने उंच मनोरे
धरणे अन् रस्ते रूळ बंदरे सारे
संगणक ग्रंथ संपर्कसाधने शस्त्रे
जाईल गाडली सारी तुमची प्रगती
—मातीवर चढणे एक नवा थर अंती!

जीवनशैली बदलून आपण हे भागधेय बदलू शकतो. आपल्या कर्मानं येणारं मरण तरी किमान टाळू शकतो. त्यासाठी आवश्यकता आहे भारताच्या मूळ जीवन-ध्येयाच्या आणि भारतीय जीवन-दृष्टीच्या स्वीकाराची!

६९

'बेसब्री' आणि 'बरबादी'

भारताचा लवकरात लवकर विकास करून टाकण्यासाठीची मोदींची 'बेसब्री' ही देशाला वेगानं 'बरबादी'कडे नेणारी आहे असं सांगणारं, जुलै २०१८च्या अंकाचं हे संपादकीय.

मा. पंतप्रधानांची १८ एप्रिलला लंडनमध्ये झालेली प्रदीर्घ मुलाखत बऱ्याच जणांच्या शिफारसीवरून मी गेल्या महिन्यात पाहिली-ऐकली. २-२।। तासांचा हा कार्यक्रम होता, नि त्यात मोदींनी अनेक विषयांवरच्या प्रश्नांना सविस्तर उत्तरं दिली. पण, प्रारंभीच्याच एका प्रश्नाला मोदींनी दिलेल्या उत्तरानं मी इतका विचारप्रवृत्त आणि अंतर्मुख झालो की, नंतरची त्यांची नेहमीची डायलॉगबाजी ऐकण्याची इच्छाच न उरल्यानं मी संगणक बंद करून टाकला.

प्रश्नकर्त्यानं विचारलेला प्रश्न होता 'बेसब्री'बाबतचा. भारताचा लवकरात लवकर विकास करून टाकण्यासाठी मोदी अधीर झालेले आहेत, हे सर्वच जण जाणतात. 'गेल्या ४० वर्षांत जे झालं नाही, ते मोदींनी फक्त ४८ महिन्यांत करून दाखवलं' ह्या जाहिराती तर आपण सगळे रोज कान किटेपर्यंत ऐकतो आहोतच. एक धडाकेबाज, गतिमान नेता म्हणून ते प्रसिद्ध आहेतच.

मोदींनी केलेल्या कामांविषयी शंका घेता येणार नाही; पण, मुद्दा आहे तो ही सगळी कामं करण्याबाबतच्या 'बेसब्री'चा. बेसब्री म्हणजे अधीरता, घाई, उतावळेपणा. त्याविषयीचं त्यांचं मत विचारलं असता मोदींनी जे उत्तर दिलं ते गंभीर आहे. ते म्हणाले, ''बेसब्री ही वाईट गोष्ट आहे असं म्हणणारे सर्व जण म्हातारे आहेत. बेसब्री ही प्रगतीचं बीज आहे. सायकलवाला म्हणतो की, मला स्कूटर हवी. स्कूटरवाला म्हणतो की, चारचाकी हवी. जर अशी 'जज़्बाई' (जोश) नसेल, तर ते जगणंच नव्हे. मनात एकदा संतोषाचा भाव उत्पन्न झाला की, जीवन पुढे जातच नाही : एकाच जागीं थांबून जातं.'' 'अशी बेसब्री मलाही ताकद देते' असं ते नंतर म्हणाले. आपलं सरकार आल्यावर भारताच्या सव्वाशे कोटी जनतेच्या मनात अशा नव्या आशा-आकांक्षा जागल्या आहेत, असंही त्यांनी अभिमानानं सांगितलं.

जे मोदींच्या कार्य-कर्तृत्वानं भारावलेले-दिपलेले आहेत, त्यांचा ऊर हे सर्व

ऐकून अभिमानानं भरून आला असेल, ह्यात शंका नाही. माझी मात्र छातीची धडधड वाढली, आणि मन भविष्याच्या चिंतेनं काळवंडून गेलं. मनात विचार आला : सव्वाशे कोटी लोकांच्या मनातल्या साऱ्या आकांक्षा मोदी पुऱ्या करत गेले, तर इथल्या निसर्गाचं, नागरी व्यवस्थांचं काय होईल!

अगदी मोदींनी ज्याचं उदाहरण दिलं त्याच वाहन-बेसब्रीचा विचार करू. आज सव्वाशे कोटी भारतीय खरोखरच सायकलऐवजी स्कूटरची आणि स्कूटरऐवजी मोटारीची आकांक्षा बाळगून आहेत. (—माझ्यासारखे थोडे 'सायकलनिष्ठ' सोडल्यास.) त्यासाठी कर्ज मिळण्याचीही सोय आहे. उत्पादनही भरपूर आहे. ह्या साऱ्यामुळे वाहन-वापराचा वेग प्रचंड प्रमाणात वाढत आहे. पण, दुसरीकडे, एवढ्या वाहन-निर्मितीसाठी लागणाऱ्या संसाधनांचं काय? ती इतक्या वेगानं वाढताहेत का?—गंमत अशी की, ती सारी संसाधनं अ-नवीकरणक्षम आहेत, आणि ती चक्क घटत आहेत! ती 'वाढू' शकतच नाहीत! खनिज तेलांचे साठेही असेच फक्त घटत आहेत. दुसरीकडे प्रदूषण मात्र प्रचंड—भयानक—वेगानं वाढत आहे. सामाजिक अंगानं विचार करायचा, तर वाहनांची गर्दी बेसुमार वाढत आहे. पुण्यात तर माणसांपेक्षा वाहनांची संख्या अधिक झाली आहे. एवढी वाहनं चालवायला, उभी करायलाही जागा नाही. परिणामत: बेशिस्त, कोंड्या, अपघात वाढत आहेत. व्यक्तिगत स्तरावर प्रवासाचा वेळ, उलघाल, मनावरचे ताण, स्थूलता... हे सर्व वाढत आहे. शारीरिक-मानसिक-पारिवारिक स्वास्थ्य घटत आहे. अजून सव्वाशे कोटी लोकांकडे मोटारी-स्कूटरी नसतानाच ही स्थिती आहे : जेव्हा त्या येतील तेव्हा परिस्थिती कशी असेल? 'प्रत्येकाची मोटर' हे अमेरिकी स्वप्न भारततही साकार करण्याची 'बेसब्री' आणि 'जज़्बाई' आपल्याला परवडणार आहे का? अमेरिकेलाही ती पडवलेली नाही, हे वास्तव आहे. त्या साऱ्या जज़्ब्याची, जोशाची अप्रमाण मोठी किंमत ते मोजत आहेत. (इच्छुकांनी 'Asphalt Nation' हे पुस्तक अवश्य वाचावं.)

बेसब्रीचं हे केवळ एक उदाहरण आहे. गाड्यांप्रमाणेच टीव्ही, मोबाईल, संगणक, फ्रिज, वॉशिंग मशीन, घरं, कपडे, विमानप्रवास, खाद्यपदार्थ... साऱ्याच उपभोगांच्या बाबतीत आपल्याला सध्याच जज़्ब आहे आणि बेसब्रीही. अन् मोदींना ती आणखी वाढवायची आहे! कारण त्यामुळेच GDP वाढून 'विकास' होणार आहे. जूनमध्ये मोदींनी '१०% विकास-दराचं उद्दिष्ट ठेवण्याचं' आवाहन केलं. चीननं असं उद्दिष्ट ठेवून त्याचे दुष्परिणाम भोगले; नि आता ते उद्दिष्ट ६॥%वर आणलं. आपल्या बेसब्र पंतप्रधानांची विकास-धुंदी, विकास-हाव मात्र वाढतच आहे! भौतिक स्तरावरची बेसब्री ही व्यक्तिगत, पारिवारिक, सामाजिक आणि पार्यावरणिक बरबादीतच रूपांतरित होते हे त्यांच्या लक्षातच येत नाहीये. अन् अशी व्यक्ती देशाचा नेता बनून साऱ्या राष्ट्राला बरबादीकडे नेतीये. हे चित्र भयानक आहे.

'संतोषा'विषयीचे त्यांचे विचार हे तर त्यांच्या वैचारिक गोंधळाचं प्रतिबिंब आहे. 'संतोषा'मुळे जीवन थांबून जातं; प्रगती होत नाही, असं मोदी एकीकडे सांगतात; नि दुसरीकडे, २१ जूनला 'योग दिन'ही साजरा करतात. ह्या योगातल्या ५ 'नियमां'पैकी दुसरा आहे 'संतोष'. मोदींचं म्हणणं खरं मानायचं, तर पतंजली मुनी हा मूर्ख माणूस ठरतो! पतंजली संतोषाचं फळ सांगतात : 'अनुत्तम-सुखलाभः'. सर्वश्रेष्ठ सुखाचा लाभ! मग बेसब्रीचं फळ? पतंजली त्याच यम-नियमांत ब्रह्मचर्य, अपरिग्रह ह्यांच्या विषयीही सांगतात. 'विकासा'साठी त्याही बाबतींत सर्वांनी असंतुष्टच राहायला हवं, नाही का? जूनअखेरीस ह्याच मोदींनी उत्तर प्रदेशातल्या 'कबीर महामार्गा'चं उद्घाटन करताना 'आम्ही कबीरांच्या शिकवणुकीनुसारच देश पुढे नेत आहोत', असं सांगितलं. एका प्रसिद्ध अभंगाच्या शेवटच्या चरणात कबीर म्हणतात : 'कहत कबीर सुनो भाई साधो, साहिब मिलै सबूरी में।'. आता मोदी जिचा अभिनिवेशानं पुरस्कार करतात ती बेसब्री, आणि कबीराची ही सबूरी ह्यांचा मेळ कसा घालायचा? अशी परस्परविरोधी विधानं बेधडकपणे करण्यासाठी वेगळ्याच प्रकारची कातडी लागते हे मात्र खरं!

मला ह्या ठिकाणी फक्त मोदींवर टीका नाही करायचीये. पूर्वीच्या सरकारांनाही हेच करायचं होतं. एक प्रचंड उपभोगवादी—'अमेरिकी'—समाज साऱ्यांना निर्माण करायचा होता. मोदी हे आपल्या 'कर्तृत्वा'मुळे, 'कार्यक्षमते'मुळे त्यात इतरांपेक्षा अधिक यशस्वी झालेत, एवढंच. मात्र, त्यामुळे इथली बरबादीही त्यांच्याच काळात अधिक झालीये-होतीये–होणारे.

* * *

आपल्याला जर हे समजत असेल, तर अशा परिस्थितीत आपण काय करायचं?—प्रथम आपल्या डोक्यातला वैचारिक गोंधळ काढून टाकायचा. अक्कल कुणाच्याही पायाशी वाहायची नाही. 'सत्य-असत्यासी मन केले ग्वाही। मानियले नाही बहुमतां।।' हा तुकारामांचा बाणा अंगीकारायचा. भौतिक प्रगती—उपभोग, उत्पादन ह्यांमधली वाढ—ही आंतरिक आणि बाह्य निसर्गांच्या मर्यादेतच संभव आहे, वांछनीय आहे हे लक्षात घ्यायचं. भौतिक वाढीला अपरिहार्य मर्यादा आहेत हे समजून घ्यायचं. त्या वाढीसाठीची संसाधनं एक तर न वाढता संपतच जातात (उदा. खनिजं, तेल, कोळसा, इ.); किंवा, अत्यंत धीम्या गतीनं उपलब्ध होतात (उदा. वनं, भूजल,इ.). जर बेसब्री केली, तर त्यांचंही पुनरुज्जीवन थांबेल, नि तीही संपुष्टात येतील. प्रदूषणाचं शुद्धीकरण करण्याचा; कचऱ्याचं विघटन करण्याचा निसर्गाचा वेग मंद आहे. विकासाच्या बेसब्रीमुळे ह्या समस्याही वाढत जातील. पारिभाषिक शब्दात सांगायचं, तर विकासाची प्रक्रिया 'सेंद्रिय' हवी : विविध घटकांतलं संतुलन टिकवून ठेवणारी; मर्यादांचं भान अंतर्निहित असणारी; गती मंद असणारी.

भौतिक विकासाला ('आर्थिक वाढ') अशी मर्यादा घालून सारं लक्ष भावनिक,

बौद्धिक, आध्यात्मिक विकासावर केंद्रित करायचं. तिथेही बेसब्री करायची नाही. 'एका जन्मात आत्मदर्शन होईल' अशी उताविळी ठेवायची नाही. 'न हठात् न बलात्' हा प्राचीन; आणि 'तुका म्हणे नाही चालत तातडी। प्राप्तकाळ घडी आल्याविण।' हा अर्वाचीन सांगावा सदैव लक्षात ठेवायचा. भौतिक समृद्धी आणि आध्यात्मिक उन्नती—अभ्युदय आणि नि:श्रेयस—ह्यांत 'गतिमान संतुलन' ठेवायचं.

हिंदू तत्त्वज्ञानाचा, परंपरेचा हा सांगावा अत्यंत कळीचा आहे. स्वत:ला 'हिंदुत्ववादी' म्हणवणारेच तो सोयिस्करपणे बाजूला ठेवत असले, तर त्यांच्याशी फारकत घेऊन आपण तो आपल्या विचारांत, आचारांत उतरवायला हवा.

बेसब्रीतून उद्भवणारी बरबादी टाळण्यासाठी ह्याची आज कधी नव्हे इतकी आवश्यकता आहे.

७०

अभिनंदनाची 'बेसब्री'

सरकारनं प्लॅस्टिक-बंदीचा कायदा केला, तरी त्याचं पालन आपण करणारच नाही आहोत, ह्याविषयीचा उद्वेग व्यक्त करणारं ऑगस्ट २०१८च्या अंकातलं हे संपादकीय स्फुट.

मोदींच्या बेसब्रीवर टीका करता करता गेल्या वेळच्या दुसऱ्या संपादकीय स्फुटात मीही एक बेसब्री केली : प्लॅस्टिक-बंदीकरता सरकारचं अभिनंदन करण्याची! संपादकीय लिहिलं तेव्हा प्लॅस्टिक-बंदीविषयी सरकारच्या बाजूनं जोरदार प्रचार सुरू होता. त्यामुळे मला असं वाटलं की, ह्यावेळी सरकारनं निर्धारपूर्वक ही बंदी अमलात आणायचं ठरवलेलं दिसतंय, बरं का. म्हणून मी लगेच सरकारची बाजू उचलून धरली. (अशी संधी क्वचितच येते, त्यामुळे ती दवडू नये असं वाटलं!)

पण, नंतरचा महिनाभर पुण्यात आणि दापोलीत फिरताना, विविध कामं करताना 'आपण उगीचंच बेसब्रीनं हे केलं' असं वाटत राहिलं : सगळीकडे दुकानांत प्लॅस्टिकच्या पिशव्यांतच जिनसा बांधून दिल्या जात होत्या! दापोलीचे पोहा-गिरणीवाले

मेहता म्हणाले, ''काही नाही हो काका, दाखवण्यापुरती अन् दंड वसूल करण्यापुरती आठ-पंधरा दिवस बंदी होती. महिन्या-दोन महिन्यांत पुन्हा पूर्वीसारखंच सगळं चालू होतं का नाही बघा! इतक्या वर्षांची सवय लागलीये लोकांना : आता प्लॅस्टिकवाचून चालणारे का?''

त्यांचं म्हणणं योग्यच होतं : आपण आता इतके प्लॅस्टिक-व्यसनी बनलेले आहोत की, त्याची मुक्ति-लक्षणं (withdrawal symptoms) आपल्याला सोसणारी नाहीत! मुळातली अडचण ही की, आपल्याला ह्या व्यसनातून मुक्त व्हायचंय नाहीये. 'घरून कापडी पिशव्या घेऊन बाजारात जाणं' ही सवय आपल्याला लावून घ्यायचीच नाहीये. आम्ही दापोलीतून जिनसा आणण्यासाठी कायम कापडी पिशव्या नेतो. तेलाचा पत्र्याचा १५ लिटरचा डबा घेतो. पुण्यात सुटं खोबरेल तेल मिळतं, म्हणून दरमहा एक रिकामी (काचेची) बाटली कुडावळ्यातून घेऊन जाऊन त्यात पुण्यातून १०० ग्रॅम खोबरेल आणतो. पण, पुण्यात राहणारेही हे करत नाहीत!

एकाच वेळचा वापर असूनही दुधाच्या पिशव्या, लेजची पाकिटं ह्यांवर बंदी नाहीच आहे. कारण तशी बंदी म्हणे 'अव्यवहार्य' ठरेल. का बरं? लेज खाल्ले नाहीत, तर माणसं मरतील? दूध सुटं विकता येणार नाही? खरं तर आजही सुटं दूध मिळतं. पण, किटली घेऊन जाऊन ते आणायचं कुणी? त्यापेक्षा केव्हाही जाता-येता दुधाच्या पिशव्या खरेदी करून डिकीत टाकल्या की झालं! निसर्गाची हानी करत जगणं हेच फक्त आज 'व्यवहार्य' आहे. फक्त 'स्वत:'च्या, 'आज'च्या सोयीचा असा विचार करणाऱ्यांना परमेश्वरही वाचवू शकणार नाही!

अन् सारी जनताच जर अशी असेल, तर सरकार तरी काय करणार? शेवटी त्यांनाही पुन्हा सत्तेवर यायचंय. जनतेचा रोष त्यांना परवडणारा नाही. निसर्गाचा रोष ओढवेल तेव्हा ओढवेल : तेव्हाचं तेव्हा पाहू!

त्यामुळे, तूर्तास तरी थर्माकोल, स्टायरोफोम अशा द्रव्यांवरची बंदीच काय ती लागू झालेली दिसते. दुधाच्या-खाद्यान्नांच्या पिशव्या, पाण्याच्या बाटल्या हे मोठे गुन्हेगार अजून मोकाटच आहेत. पातळ कॅरीबॅगांचा वापर थांबलेला असला, तरी त्याची जागा जाड कॅरीबॅगांनी घेतलीये. हे समस्या 'सुटणं' की 'वाढणं'?

ही समस्या सोडवण्याविषयी सरकार किती गंभीर आहे, हा प्रश्न आहेच; तथापि, ह्या समस्येच्या उत्तराचा खूप मोठा भाग हा जीवनशैलीतल्या परिवर्तनाशी निगडित आहे, हे आपण विसरून चालणार नाही. आपण जोवर ही गोष्ट मनावर घेत नाही, तोवर सरकारचा सद्हेतूही पराभूतच होत राहणार!

पण, एक मूलभूत प्रश्न असा की, ह्या परिवर्तनासाठी सरकार, कायदे ह्यांची मुळातच काय गरज आहे?

७१

विकास : कुणाचा?

जागतिकीकरणामुळे भारतावर झालेल्या आघातांकडे लक्ष वेधणारं, मे २०१४च्या अंकाचं हे संपादकीय.

अर्थशास्त्राचं एक बरं असतं. त्यातली कोणतीतरी आकडेवारी वापरून सोयीस्कर असे निष्कर्ष काढता येतात. अशाच एका—क्रयशक्ती सममूल्याच्या (पर्चेसिंग पॉवर पॅरिटी)—आकडेवारीच्या आधारे भारत हा अमेरिका आणि चीन ह्यांच्या खालोखाल जगात तिसऱ्या स्थानावर आल्याचं नुकतंच घोषित करण्यात आलं. २००५मध्ये भारताचा क्रमांक दहावा होता. आता आपण जपानलाही मागे टाकून तिसरं स्थान पटकावलं आहे. १९९१मध्ये मनमोहन सिंहांनी आर्थिक सुधारणांचं जे युग सुरू केलं, त्यामुळेच भारत 'विकासा'च्या ह्या टप्प्यांपर्यंत पोहोचल्याचं म्हटलं जातं.

त्याच वेळीं प्रसिद्ध झालेली दुसरी एक आकडेवारी अशी आहे की, 'दरडोई एकूण राष्ट्रीय उत्पन्न' (per capita GDP) ही मोजपट्टी वापरली, तर जगातल्या राष्ट्रांमध्ये भारताचा क्रमांक १२७वा लागतो! आता, एका मोजपट्टीच्या आधारे तिसरा क्रमांक अन् दुसरीच्या आधारे १२७वा ह्यांची संगती अर्थशास्त्रज्ञ कशी लावतात कोण जाणे. तूर्तास, स्वत:ची पाठ थोपटून घेण्याची संधी त्यांना मिळाली, एवढंच खरं. 'विकास झाल्या'चे ढोल बडवायला त्यांना एक संधी मिळाली.

ह्या विकासामुळे गेल्या वीसेक वर्षांत अर्थव्यवस्था, समाज आणि पर्यावरण ह्यांचं नेमकं काय झालं ह्याविषयीची डोळे उघडणारी आकडेवारी समोर ठेवणारी एक पुस्तिका पुण्याच्या 'कल्पवृक्ष' ह्या संस्थेनं प्रसिद्ध केली आहे. तिचा अनुवाद ह्या अंकापासून क्रमश: प्रसिद्ध होत आहे.* संपत्तीचं केंद्रीकरण; अजूनही निम्म्याहून अधिक जनता दारिद्र्य-रेषेखाली जगत असणं; 'नाही रे'च्या शोषणातून 'आहे रे' हे 'अति-आहे रे' बनलेले–बनत असणं; निसर्गाला लुटण्या-ओरबाडण्यातूनच हा 'विकास' साध्य होणं, ह्या सर्वाविषयी सांगणारी ही पुस्तिका ही ह्या विकासाविषयीचा आपला

* हा अनुवाद आता 'भारताचं जागतिकीकरण : आघात आणि पर्याय' ह्या पुस्तिकेच्या स्वरूपात उपलब्ध आहे. प्रकाशक : 'कल्पवृक्ष' संस्था, पुणे ४.

भ्रम पूर्णपणे दूर करते.

हरप्रयत्नानं माणसाला अधिकाधिक उपभोगवादी बनवणं ह्या एका ध्येयानं सारे विकासवादी पछाडलेले आहेत. त्यासाठी सर्व प्रकारचं उत्पादन वाढवा; ते वाढवताना संसाधनांचा ऱ्हास, प्रदूषण, कचरा-निर्मिती ह्या कशाचाही विचार करू नका अशी विचारसरणी सध्या प्रबळ आहे. त्यामुळे हा विकास अधिकाधिक अ-धारणाक्षम बनत चालला आहे ह्याचीही फिकीर कुणाला नाही.

जनतेपुढे हे विकासाचं विनाशकारी वास्तव मांडत राहून तिचं प्रबोधन करण्याचा ग.सं.चा प्रथमपासून प्रयत्न राहिलेला आहे. 'राष्ट्रांनी आपली विकासनीती बदलली, तर ही समस्या मुळातूनच संपेल' असं म्हणून आपला चेंडू राष्ट्राकडे टोलवणं शक्य असलं, तरी ती पळवाट आहे. असं परिवर्तन राष्ट्र ह्या स्तरावर होणं ही अत्यंत अवघड बाब आहे. परिवर्तन टाळण्यासाठी आपण 'राष्ट्रा'मागे लपत नाही ना, हे आपण तपासायला हवं. तथापि, 'राष्ट्रांनी आपली विकासनीती बदलणं' म्हणजे तरी अंतिमत: काय? 'राष्ट्रातल्या जनतेची उपभोगशैली आणि उत्पादनशैली बदलणं' हेच तिचं स्वरूप नाही का? मग, सर्वांनी व्यक्तिश:च हे करण्यात काय अडचण आहे?

व्यवस्था काहीही सांगो : व्यक्तींनी आपले उपभोग संयमित ठेवणं हे व्यक्तींच्याही हिताचं आहे आणि समाज-पर्यावरणाचाही. आकडेवारीच्या जंजाळात न सापडता प्रत्येकानंच आपल्या जीवनाला ही दिशा लावायली हवी.

७२

यांत्रिक मुंबई आणि सेंद्रिय मुंबई

शहरांच्या वाढीची 'यांत्रिक' संकल्पना ही निसर्गातल्या 'सेंद्रिय' वाढीच्या संकल्पनेच्या विरोधी असल्यानंच शहरांच्या समस्या वाढत आहेत, हे सांगणारं ऑगस्ट २०१८च्या अंकाचं हे संपादकीय.

दर वर्षी पावसाळा सुरू झाला की, मुंबई ह्या महानगराची होणारी दैना हा बातम्यांचा एक महत्त्वाचा भाग असतो. यंदाही तुंबलेलं पाणी, बंद पडलेली वाहतूक,

रस्त्यांवरचे खड्डे ह्यांच्या बातम्यांनी वृत्तावकाशाचा मोठा भाग व्यापलेला होता.

खरं म्हणजे ह्यात नवीन काहीही नसतं. मुंबईत साधारणत: जून-जुलैत भरपूर पाऊस पडतो; भरतीची वेळ असेल, तर त्या पाण्याचा निचरा होऊ शकत नाही; मग, ते पाणी तुंबून राहतं; त्यामुळे रस्त्यांवर खड्डे पडतात; ते पावसात दुरुस्त करता येत नसल्यानं मोठे होत जातात; रुळांवर पाणी साठलं की, ती वाहतूक बंद पडते... सर्व काही एका विशिष्ट तार्किक शृंखलेचाच भाग असतो. दर वर्षी पावसामुळे ही साखळी सुरू होते. खरं तर वर्षानुवर्षं असंच घडत आलंय; पण, प्रत्येक वर्षी 'हे जणू प्रथमच घडतंय' अशा प्रकारे बातम्या येत असतात. विरोधी पक्ष सत्ताधाऱ्यांवर ह्याचा ठपका ठेवत राहतात. परिस्थिती तशीच राहते : आरोपी आणि फिर्यादी तेवढे पाच वर्षांनी बदलत राहतात.

गंमत अशी आहे की, ही परिस्थिती कुणीच बदलू शकणार नाहीये. कारण, अशी परिस्थिती हा एका विशिष्ट विकास-प्रतिमानाचा परिपाक आहे. अन् ते सोडायला आपण तयार नसल्यानं ह्या परिस्थितीत बदल संभवत नाही.

ह्या विकास-प्रतिमानाला 'औद्योगिक-शहरी' असं नाव आहे. सतत वाढत जाणारं उद्योगीकरण हा त्याचा गाभा. उद्योगीकरणाचा स्वभावच केंद्रीकरणाचा आहे, नि म्हणून उद्योगांचं केंद्रीकरण होत जाताना लोकसंख्येचंही आपोआपच केंद्रीकरण होत जाऊन नगरांची महानगरं, नि त्यांची अतिनगरं होत जातात. हे सारं आवश्यक आणि वांछनीय मानलं जात असल्यानं ह्या प्रतिमानाला 'औद्योगिक-शहरी' असंच नाव पडलेलं आहे.

वाढीची ही प्रक्रिया 'यांत्रिक' (mechanistic) स्वरूपाची असते. ह्याचा अर्थ असा की, सातत्यानं अधिकाधिक नैसर्गिक संसाधनं, ऊर्जा-संसाधनं, अर्थ-संसाधनं आणि मानव-संसाधनं ओतत राहून ती वाढ अमर्यादपणे चालू ठेवली जाते. 'ही वाढ अशीच अनंतापर्यंत चालू राहू शकते', असा एक विश्वास हा यांत्रिक विचार देतो. १, २, ४, ८, १६, ३२, ६४, १२८, २१६... अशी जणू ही भूमितीय श्रेणीच. ती अशीच पुढे अनंतापर्यंत वाढत राहणार.

हा झाला मानवी विचारांचा, संकल्पनेचा भाग. आजची मुंबई 'यांत्रिक' आहे, ती ह्या अर्थानं.

तथापि, माणसाची 'वाढी'ची संकल्पना—किंवा इच्छा—कशीही असो; ही वाढ प्रत्यक्षात साकार होते ती निसर्ग नावाच्या एका बृहद् वास्तवात. अन् सर्वांत महत्त्वाचा भेद असा आहे की, निसर्गातली वाढीची प्रक्रिया ही 'यांत्रिक' नसून 'सेंद्रिय' असते. 'वाढ' होते; पण, ती अन्य अनेकानेक घटकांशी मेळ राखत. सुसंवादी पद्धतीनं. एखाद्याच घटकाची अमर्याद, अनंत अशी वाढ निसर्गात होत नाही. शिवाय, सर्व सेंद्रिय वाढींवर एक अंतर्निहित अशी मर्यादा असते. अत्यंत विलक्षण असा हा प्रकार

आहे. वाढ होत असतानाच एक वेळ अशी येते की, ती वाढ थांबू लागते! जन्माला आलेलं झाड, प्राणी, पक्षी वा माणूस : एका विशिष्ट वयानंतर/वाढीनंतर त्याची वाढ आपोआप थांबते. माणसाच्या वाढीचा आकृतिबंध बघितला तर असं दिसतं की, सर्व अवयवांची वाढ ही इतर सर्व अवयवांच्या वाढीशी ताळमेळ, सुसंवाद राखून होत राहते. असं नाही होत की, पहिल्या वर्षी फक्त हृदय पूर्ण वाढलं; मग दुसऱ्या वर्षी दोन्ही हात पूर्ण वाढले; चौथ्या वर्षांत दोन्ही पाय पूर्ण वाढले; आठव्या वर्षी फक्त जठर पूर्ण मोठं झालं; दहाव्या वर्षी मेंदूची वाढ पूर्ण झाली, इत्यादि. सर्व अवयव एकाच वेळीं सुसंवादीपणे मोठे होत राहतात. सर्व माणूस संतुलितपणे मोठा होत राहतो.

अन् तो मोठा होत राहतो, म्हणून वय वाढेल तितकी वर्षं मोठा होतच राहतो असंही नाही. साधारणत: पंचविशीच्या वयाला त्याची वाढ थांबते. मग चाळिशीपर्यंत स्थिरावस्था असते, नि त्यानंतर तर घटच सुरू होते. साठीनंतर ह्या घटीचा वेग वाढत जातो. मग एके दिवशी मृत्यू येऊन सर्व काही संपतं.

सेंद्रिय वाढीची प्रक्रिया ही अशा प्रकारची 'चक्रीय' प्रक्रिया असते. यांत्रिक वाढ रेखीय (linear) असते, तर सेंद्रिय वाढ चक्रीय (cyclic). तिचा आलेख एखाद्या घंटेसारखा दिसतो. (Bell-shaped curve.)

गंमत अशी आहे की, निसर्गातली सेंद्रियता ही आपल्या कल्पनेपेक्षा अति प्रबळ असते. आपण अशा भ्रमात आणि गुर्मीत असतो की, निसर्ग काय : दुबळा आहे! त्याला आपण आपल्या वैज्ञानिक-अभियांत्रिकी सामर्थ्याच्या जोरावर सहज नमवू शकू! त्याच्यावर विजय मिळवू शकू! पण, असं होत नाही. निसर्ग शांतपणे—पण, ठामपणे—आपली सेंद्रियता, चक्रीयता जपत असतो; तिची अंमलबजावणी करत असतो. एखादी गोष्ट अप्रमाण वाढतीये; असंतुलन निर्माण करतीये असं आढळल्या-बरोबर त्याची अंतर्गत नियंत्रणाची यंत्रणा आपोआप कार्यान्वित होते, नि ती ह्या

निसर्गातली सेंद्रियता ही आपल्या कल्पनेपेक्षा अति प्रबळ असते. आपण अशा भ्रमात आणि गुर्मीत असतो की, निसर्ग काय : दुबळा आहे! त्याला आपण आपल्या वैज्ञानिक-अभियांत्रिकी सामर्थ्याच्या जोरावर सहज नमवू शकू! त्याच्यावर विजय मिळवू शकू! पण, असं होत नाही. निसर्ग शांतपणे—पण, ठामपणे—आपली सेंद्रियता, चक्रीयता जपत असतो; तिची अंमलबजावणी करत असतो.

यांत्रिक, रेखीय वाढीवर मर्यादा घालू लागते.

मुंबईत पावसाळ्यात उद्‌भवणाऱ्या समस्या ह्या अशा प्रकारच्या नियंत्रणांचाच एक भाग आहेत, हे आपण समजून घेतलं पाहिजे. निसर्ग त्यातून 'आता वाढ थांबवा : downsizing करा' अशी सूचना देत असतो. 'पाणी तुंबतंय : आता जलप्रवाहांचे मार्ग आणखी अरुंद करू नका' हे तो पंचवीस वर्षं सांगतोय. आणखी भराव टाकून दलदलीच्या जमिनी बांधकामासाठी वापरू नका हे सांगतोय. कांदळवनं तोडू नका हे सांगतोय. अधिकाधिक उंच इमारती बांधून आणि झोपडपट्ट्या वसवून गर्दी वाढवू नका हे सांगतोय. लक्षावधी लोकांनी रोज ५०-१००किमीचा प्रवास करून दक्षिण मुंबईत येऊ नका हे सांगतोय.

अन् केवळ पावसाळ्यातल्या समस्यांच्या रूपानंच तो धोक्याच्या सूचना देतोय असं नाही : अन्य असंख्य समस्यांच्या रूपानंही तो वर्षभर त्या देत असतो. वाढती घुसमट, वाढती धावपळ, वाढते मानसिक ताण, वाढत्या शारीरिक आणि मनो-शारीरिक व्याधी, वाढती व्यसनाधीनता, वाढतं वंध्यत्व, वाढती गुन्हेगारी, वाढती गुंडगिरी, वाढती असुरक्षितता, वाढते अपघात, वाढता कचरा....साऱ्या विकृती—पॅथॉलॉजी—ह्या त्यानं दिलेल्या सूचनाच असतात. ह्या साऱ्यांमुळे जिणं अधिकाधिक वाईट बनत जातं. जीवनाची गुणवत्ता ढासळत राहते. रेखीय वाढीला नमवणारी, मर्यादा घालणारी हीच ती निसर्गाची सेंद्रियता.

पण, हे वास्तव डोळ्यांसमोर असूनही ना लोक मुंबई सोडायला तयार आहेत, ना राज्यकर्ते तिची आणखी वाढ थांबवायला! मी मुंबईला गेलो की, अनेकांशी ह्या विषयावर बोलणं होतं. प्रत्येक जण एकच सांगतो : 'परिस्थिती अशी आहे ही गोष्ट अगदी खरी; पण, तरीही आम्ही मुंबई नाही सोडू शकणार!' ह्याचं कारण काय ह्याचा मी विचार करतो तेव्हा आढळतं की, निसर्गाची भरपूर हानी-शोषण करून का असेना; पण, आज मुंबईला जगण्यासाठीच्या मूलभूत गोष्टी पुरवल्या जाताहेत. प्रचंड खर्च करून पाणी, दूध, अन्नधान्य, वीज, पेट्रोल, निवारा, रस्ते, वाहतूक, रोजगार पुरवले जाताहेत. 'जीवनाच्या गुणवत्ते'पेक्षा 'जगण्याची शाश्वती' महत्त्वाची ठरतीये. 'उद्या'पेक्षा 'आज' महत्त्वाचा ठरतोय.

पण, हे असं किती काळ चालेल? किती काळ आपण संसाधनं-ऊर्जांचा असा सातत्यानं भरणा करून मुंबई—किंवा, सामान्यीकरण करून बोलायचं तर 'शहरं'—जिवंत ठेवू शकणार आहोत? कुठून आणणार आहोत सातत्यानं वाढत्या प्रमाणातलं पाणी? ऊर्जा? वाहतुकीची साधनं? किती उड्डाणपूल बांधले; किती मोठं मेट्रोचं जाळं निर्माण केलं, म्हणजे गर्दीचं नियोजन होईल? ह्या सुविधा मिळताहेत म्हटल्यावर गर्दी कमी होईल; की, स्थलान्तर होऊन ती वाढेलच? शहरांना जगवण्यासाठी किती प्रचंड प्रमाणावर पैसा खर्च होतोय—नि त्या प्रमाणात ग्रामीण भाग अधिक उजाड-

विपन्न होतोय—ह्या विषमतेकडे आपण कधी पाहणार की नाही? शहरांमुळे वाढणारा GDP आणि वाढणाऱ्या मतपेढ्या ह्यांची भविष्यात केवढी मोठी किंमत मोजावी लागणार आहे, ह्याचा विचार आपण आज करणार की नाही? 'Robbing Peter to pay Paul' हे किती काळ चालू शकेल?

निसर्गाच्या प्रबळ सेंद्रियतेमुळे, चक्रीयतेमुळे शहरांची ही रेखीय वाढ केव्हा ना केव्हा तरी थांबून 'घट' होणार हे निश्चित. ती नियोजनपूर्वक केली, तर सुसह्य पद्धतीनं होईल; अन्यथा 'कोसळ' हेच तिचं स्वरूप असेल. ही कोसळ सामाजिक कारणांमुळेही असेल, किंवा पार्यावरणिक कारणांमुळेही. काही वर्षांपूर्वी तज्ज्ञांनी असा इशारा दिला होता की, मुंबईतल्या इमारती, वाहनं, रस्ते, माणसं ह्यांचा तो भार जमिनीवर पडतोय, केवळ त्यामुळेच मोठा भूकंप होण्याची नि त्यात मुंबई कोसळण्याची शक्यता वाढलेली आहे!

हे ऐकलं की, मला कुसुमाग्रजांच्या एका कवितेची आठवण येते : मातीची दर्पोक्ती! सगळी तथाकथित प्रगती, विकास हा अंतिमत: मातीला कसा मिळतो हे त्यांनी त्यात सांगितलंय. त्यातल्या एका कडव्यात माती म्हणते :

पाहून हसू ये तुमचे ताजमहाल
अन् गर्व किती तो काळ काय जिंकाल
शेकडो ताजही जिथे शोभले काल
ती प्रचंड नगरे आज आमुच्या पोटीं
—मातीवर चढणे एक नवा थर अंतीं

हे ह्या तऱ्हेनं व्हायला नको असेल, तर आपणच स्वेच्छेनं 'मातीकडे' जायला हवं. अधिकाधिक उद्योगीकरण, केंद्रीकरण ह्यांतून शहरीकरण, आणि मग परिणामत: तिथल्या मातीच्या नव्या थराखाली गाडलं जाणं, अशा विघातक, आत्मनाशक प्रवासाऐवजी आपण स्वेच्छेनंच शहरापासून दूर गेलो तर! वि-उद्योगीकरण, वि-केंद्रीकरण, वि-नगरीकरण ही राष्ट्रीय धोरणं म्हणून अमलात येण्याची शक्यता जराही नाही. पण, व्यक्तिगत, पारिवारिक स्तरावर हे धोरण आपण स्वीकारू शकतो का?

पण, माणसाच्या मनाची मोठी गंमत असते! शहरात राहताना माणूस 'उद्या'चा विचारही न करता 'आज' कसाबसा ढकलत राहतो. पण, खेड्यात जाऊन राहायचं म्हटलं की, लगेच त्याला भविष्याच्या शेकडो चिंता ग्रासू लागतात! तेव्हा तो 'आज चांगलं जगून घेऊ' असं म्हणत नाही! आपल्या विचारांतला हा अंतर्विरोध ज्यांना जाणवतो, त्यांनी तरी किमान वेगळ्या वाटांनी पुढे जाण्याचा विचार करायला हवा. निदान त्यांनी तरी स्वेच्छेनं 'सेंद्रिय' बनावं : स्वेच्छेनं मातीला जाऊन मिळावं!

७३

अरेरे! आम्ही फक्त 'मार्केट'!

आपल्या वस्तूंना भारतीय बाजारपेठ उपलब्ध व्हावी ह्यासाठी अमेरिकेला भारतबरोबर मैत्री हवी आहे. असं 'मार्केट' बनण्यातले धोके दाखवून देणारं, फेब्रुअरी २०१५च्या अंकाचं हे संपादकीय.

अमेरिकेचे राष्ट्राध्यक्ष ओबामा हे प्रजासत्ताक-दिनाचे प्रमुख अतिथी म्हणून नुकतेच दिल्लीला येऊन गेले. अमेरिकेला भारताची मैत्री किती आवश्यक वाटते, हेच ह्या भेटीवरून सिद्ध झालं. दोन्ही देशांच्या नेत्यांनी ह्या मैत्रीची आवश्यकता प्रतिपादित केली.

भारताला अमेरिकेशी मैत्री हवी असणं हे स्वाभाविक म्हटलं जाईल; कारण, भारत हा विकसनशील देश आहे. विकसित होण्यासाठी त्याला अमेरिकेसारख्या राष्ट्राची अनेक प्रकारची मदत हवी असते. दोन मुख्य गोष्टी ज्या हव्या असतात, त्या म्हणजे आधुनिक तंत्रज्ञान आणि भांडवल. अमेरिकी उद्योगांना (ज्यांना 'बहुराष्ट्रीय उद्योग' असं म्हणण्याची प्रथा आहे) इकडे विस्तारासाठी वाव दिला की, ते भांडवल-गुंतवणूकही करतात, आणि आधुनिक तंत्रज्ञानही घेऊन येतात. हे होण्यासाठी अमेरिकेबरोबरची मैत्री आवश्यक आणि उपयुक्त ठरते. शिवाय, अमेरिका हा मोठा आयातक असल्यानं, मैत्रीचा आधार घेऊन अनेक वस्तूंची निर्यात तिकडे होऊ शकते. भारताला सध्या 'विकासा'साठी ह्या सर्व बाबींची नितान्त आवश्यकता असल्यानं त्यानं अमेरिकेशी मैत्री करणं, असलेली वाढवणं हे स्वाभाविकच आहे.

पण, अमेरिकेला भारतबरोबर मैत्री का हवी आहे? तो काही 'मैत्रीसाठी वाटेल ते' असं म्हणणारा देश नाही. त्याचा भलाथोरला फायदा असेल; त्याचे हितसंबंध जपले जात असतील, तरच तो मैत्री करतो. त्या हितसंबंधांना धक्का पोचताच त्या राष्ट्राला चिरडून टाकण्यास अमेरिका मागे-पुढे पाहत नाही. ह्याचाच अर्थ असा की, भारताशी मैत्री करण्यामागे, ती हवी असण्यामागे अमेरिकेचाही काही स्वार्थ आहे.

हा स्वार्थ कोणता हे समजणं हे काही फारसं अवघड नाही. अमेरिकी उद्योगांच्या विस्ताराला वाव हा त्याचा एक भाग; अन् अमेरिकी वस्तूंना भारतीय बाजारपेठ उपलब्ध होणं हा दुसरा. मधल्या मंदीनंतर अमेरिका अजूनही पुरती सावरलेली नाही.

स्थानिक बाजारपेठेतली मागणी वाढत नसल्यानं वेगानं वाढणाऱ्या अर्थव्यवस्थांची अमेरिकेला आज गरज आहे. चीन भारतापेक्षाही वेगानं वाढतोय; पण, अमेरिकी डाळ तिकडे शिजणं अवघड आहे. म्हणून मग उरला भारत. अन् अमेरिकेचं स्वागत करायला आम्ही तर कायमच हातात हार-तुरे घेऊन उभे असतो! इथली मलई-स्तरामधली जी १०-१५% लोकसंख्या आहे, ती तर मनानं आणि आचरणानं अमेरिकीच आहे. तिला सगळं काही 'डिट्टो अमेरिकेसारखं' हवं असतं. (अर्थात, 'सगळं काही' म्हणजे 'उपभोगण्याचं' सर्व काही : स्वच्छता, शिस्त, कार्यशैली, इ. मात्र नव्हे.) हा एक प्रचंड उपभोगवादी आणि अपव्ययी समाज भारतात आयता तयार आहेच. भारताचा आणखी 'विकास' होऊन ह्या मलई-स्तराची जाडी २५-३०% झाली की, अमेरिका खूष! हे एक तृतीयांश भारतीय म्हणजे अमेरिकेएवढी लोकसंख्या झाली. त्यांच्या रूपानं अमेरिकेला आणखी एक अमेरिका विस्तारासाठी उपलब्ध होणार आहे. अमेरिकेला भारताशी मैत्री हवी आहे ती ह्या 'मार्केट'साठी. मंदीतून वर येण्यासाठी अमेरिकेला ह्या 'मार्केट'ची फार मोठी गरज आहे!

अमेरिकेचं ठीक आहे : तिचं ध्येयच उपभोगवाढ, उत्पादनवाढ, GDP-वाढ, व्यापारवाढ हे आहे. तिच्यापाशी भवितव्याचा विचारच नाही : ना माणसाच्या, ना पर्यावरणाच्या. पण आम्ही?—दीर्घकालीन हितासाठी ज्या गोष्टीचा इथे सातत्यानं निषेध केला गेला, तो उपभोगवाद हेच आमचं 'जीवनध्येय' बनून जावं? मानव-जीवनाचा अत्यंत व्यापक, सर्वांगीण असा विचार करून 'जाणिवेचा विस्तार' हे जीवनध्येय इथे सर्वांपुढे ठेवलं गेलं. उपभोग संयमित असले पाहिजेत, ही त्यासाठीची व्यावहारिक अट होती. अशा संयमित उपभोगांतूनच उत्पादनाची पातळी धारणाक्षम राहू शकते, हे व्यावहारिक शहाणपणही त्यामागे होतं.

अमेरिकेपाशी हा विचार नाही, हे ध्येय नाही अन् हे व्यावहारिक शहाणपणाही नाही. 'संसाधनं आणि ऊर्जांचा अतिरेकी वापर करून उत्पादन-उपभोग सतत वाढते ठेवणं' एवढंच तिला ठाऊक आहे. त्या संसाधनांसाठी आणि ऊर्जांसाठी ती पृथ्वीवरच्या कोणत्याही देशाला लुबाडायला-बेचिराख करायला मागेपुढे पाहत नाही. 'कालच्यापेक्षा आज जास्त फायदा' हे तिचं ध्येय आहे. निसर्गाच्या धारणेशी तिला काडीचंही देणं-घेणं नाही.

दुर्दैव हे आहे की, आमच्यापाशी ते उच्च ध्येय, दूरचा विचार आणि व्यावहारिक शहाणपण असूनही आम्ही त्याला तिलांजली देऊन अमेरिकी बनलो आहोत. १२ जानेवारीला विवेकानंदांच्या नावानं कुणीही कितीही गळे काढले, तरी आम्ही आता 'अमृताचे पुत्र' वगैरे काहीही नाही. आम्ही आहोत फक्त 'मार्केट'! बाजारपेठ! अमेरिकी (आणि अन्यही) उद्योगांनी इथे यावं, इथली संसाधनं-ऊर्जा संपवत उत्पादन करावं-विकावं, आणि आम्ही आमच्याच बांधवांचं आणि निसर्गाचं शोषण करून

मिळालेल्या पैशांनी ते सारं विकत घ्यावं-उपभोगावं. लूट आणि हानी इथल्या निसर्गाची : फायदा जाणार त्यांच्या देशात. एक वसाहतवाद अमेरिकेचा भारतावर; दुसरा 'क्रीमी लेअर'चा इथल्याच दरिद्री लोकांवर आणि निसर्गावर.

ते 'लबाड लांडगं ढ्वांग करतंय' गाणं आहे नं, तसा हा प्रकार आहे. लांडगा निघालाय शेळीशी लग्न करायला; अन् शेळीही आपखुषीनं त्याच्याशी पाट लावायला तयारच आहे. 'लांडगा तुला खाईल' हे शेळीला सांगूनही समजत नसेल, तर सांगणाऱ्यानं आणखी काय करावं?

७४

मोहक मृत्युदूत

मोबाईल हा आपल्या जीवनाचा अविभाज्य भाग बनलेला असताना मोबाईल-संचांमुळे, तसंच मनोऱ्यांमुळेही होणाऱ्या हानीकडे लक्ष वेधणारं, सप्टेंबर २०१९च्या विशेषांकाचं हे संपादकीय.

'मालवून टाक दीप' हे सुरेश भटांचं एक सुंदर, शृंगाररसात्मक भावगीत आहे. त्याच्या शेवटच्या ओळीत ती प्रेमिका म्हणते : 'बोल रे हळू, उठेल चांदण्यावरी तरंग!'—चांदणं इतकं शांत आहे की, मोठ्यानं बोलण्यामुळेही त्यावर तरंग उठून ती शांतता भंग पावेल!

ह्या प्रेमिकेनं आपल्या ह्या विनंतीतून 'तरंगा'विषयीचं वैज्ञानिक सत्यच प्रियकराला सांगितलेलं आहे : Wave is a disturbance in space! तरंग हे विचलनाचे निर्देशक असतात.

ज्या प्रणयोत्सुक प्रेमिकेला शांत चांदण्यावरही तरंग उठायला नको होता, तिचं आजच्या काळात काय झालं असतं? कारण, सध्याचा काळ हा सर्व प्रकारची शांतता उद्ध्वस्त करणाऱ्या तरंगांचा आहे. निसर्गात तरंग असतात प्रकाशाचे आणि ध्वनीचे. आपल्याला सातत्यानं अनुभव येतो तो ध्वनितरंगांचा : पानांची सळसळ, पक्ष्यांचा किलबिलाट, गायी-गुरांचं हंबरणं, माणसांचं बोलणं, इत्यादि. त्यांची डेसिबेल पातळी

अत्यंत कमी असते. ते त्रासदायक तर नसतातच; उलट, आल्हाददायक, हवेहवेसे असतात. (अपवाद : माणसांचा आरडाओरडा.)

ह्यांपैकी, बाकी सगळे ध्वनितरंग अजूनही 'नैसर्गिक'च राहिले आहेत. कृत्रिमपणे मोठे, कर्कश—नि म्हणून नकोसे—झाले आहेत ते मानवनिर्मित आवाज : माणसाच्या स्वत:च्या बोलण्याचे; ढोल-ताशांसारख्या वाद्यांचे; यंत्रांचे; वाहनांचे. हे आवाज असे मोठे, कर्कश होण्याचं कारण म्हणजे त्यांना मिळालेली ऊर्जांची जोड. माणूस किती मोठ्यानं बोलू शकतो; किती वेळ तेवढ्या मोठ्यानं बोलू शकतो, ह्याला एक नैसर्गिक मर्यादा आहे. पण, ह्या बोलण्याला ध्वनिवर्धकाची जोड दिली की, त्या आवाजाच्या मोठेपणाला—आणि मोठेपणाच्या कालमर्यादेला—काही सीमाच राहत नाही.

ह्यापुढचा टप्पा म्हणजे असे ध्वनी दूरवर पाठवण्याचा. जास्त लांबीच्या विद्युत्-चुंबकीय तरंगांच्या—'रेडिओ'-लहरींच्या—घोड्यावर स्वार होऊन नैसर्गिक आवाज अनैसर्गिक दूर अंतरांपर्यंत पोचू लागले. अशा तरंगांची लांबी कमी होत गेली की, त्यांना 'सूक्ष्मतरंग' (microwaves) म्हणतात. 'मायक्रोवेव्ह ओव्हन'मध्ये आणि मोबाईलच्या संदेशवहनासाठी हेच सूक्ष्मतरंग वापरले जातात.

'क्ष' आणि 'गॅमा' ह्या तरंगांमध्ये प्रचंड ऊर्जा असते. ती अणूंमधले इलेक्ट्रॉन बाहेर काढून त्यांचे धनभारित कण ('आयन') बनवण्याइतकी असते. त्यामुळे, अशा प्रारणाला 'आयनीकारक' (ionizing) असं नाव आहे. क्ष किंवा गॅमा किरणांचं प्रारण हे म्हणूनच खूप घातक असतं. ह्या तरंगांच्या मानानं ओव्हनमध्ये, वा मोबाईलच्या संदेश-वहनासाठी वापरले जाणारे सूक्ष्मतरंग हे खूप कमी ऊर्जेचे असतात. त्यामुळे ते प्रारण 'non-ionizing' म्हटलं जातं, आणि म्हणून 'निर्धोक' समजलं जातं.

तथापि, वास्तव तसं नाही. ह्या प्रारणामुळेही सजीवांच्या शरीरात असंख्य व्याधी निर्माण होत असल्याचं 'Bio-electro-magnetics' ह्या शास्त्रातील अभ्यासातून

मृत्यूची काही रूपं भयानक आहेत, म्हणून आपण त्यांच्यापासून दूर राहतो. पण, साखर, शीतपेयं असे मृत्युदूत घातक असूनही आपण त्यांना जवळ करतो. तसंच मोबाईलचंही. तो मृत्युदूत असूनही आपल्याला हवाहवासा वाटतो. त्याची मोहिनी विलक्षण आहे. 'कर लो दुनिया मुट्ठी में' हे व्यापारी आवाहन अत्यंत आकर्षक आहे; तथापि, दुनिया मुट्ठी में करण्याच्या भ्रमात आपण मृत्यूलाच मुठीत घेत आहोत, हे प्रत्येकानं लक्षात घ्यावं.

आता दिसून येत आहे. मानवी शरीरापुरतं बोलायचं, तर त्वचेपासून जनुकांपर्यंत सर्व शरीरघटकांची हानी ह्या लहरींमुळे होते. ती मोबाईल-संचांमुळे जशी होते, तशीच हे तरंग प्रक्षेपित करणाऱ्या मनोऱ्यांमुळेही होते.

आज 'मोबाईल' हा आपल्या जीवनाचा हवा-पाणी-अन्नाइतकाच—किंबहुना त्याहूनही अधिक!—आवश्यक भाग बनलेला असताना, अशा मोबाईल-व्याप्त (वाचा : 'ग्रस्त') जीवनशैलीचे धोके आणि तोटे एकदा सर्वांसमोर ठेवण्याची इच्छा होती. त्यातूनच हा अंक त्या विषयावर काढण्याचं ठरवलं.

मात्र, ग.सं.ला फक्त 'मानवाच्या शारीरिक हानी'त रस नाही. हानीचा हा केवळ एक भाग आहे. व्यक्तीच्या मानसिक, बौद्धिक आणि आध्यात्मिक हानींचा, आणि कुटुंब, समाज, पर्यावरण ह्या स्तरांवरच्या हानींचाही विचार व्हायला हवा. ग.सं. सदैवच असा एकात्म विचार पुढे ठेवत असतो. त्यामुळे, ह्या अंकातही मोबाईल-तंत्रज्ञानामुळे होणाऱ्या सर्वांगीण हानीचा असाच व्यापक विचार पुढे ठेवलेला आहे.

ह्या सर्व स्तरांवरच्या मोबाईलजन्य समस्यांचा अंतिम परिणाम म्हणजे मृत्यू : माणसांचा आणि अन्य सजीवांचाही. मात्र, हे मृत्यू हे स्फोट, अपघात, विजेचा धक्का ह्यांच्यामुळे होणाऱ्या मृत्यूसारखे एका क्षणात होणारे नसतात. आपण विविध व्याधींनी कणाकणानं मरतो. पण, त्यामुळेच की काय, त्यांचं गांभीर्य कमी लेखलं जातं.

तथापि, 'मोबाईल' ही वस्तू हा मृत्युदूत आहे, हे आता अनेकानेक पुराव्यांनिशी सिद्ध झालेलं आहे. त्यामुळे 'मृत्युदूत मोबाईल' हे ह्या विशेषांकाचं शीर्षक ही अतिशयोक्ती नाही! आपण अंक वाचत जाल, तसतसं आपल्यालाही हे पटेल.*

मृत्यूची काही रूपं भयानक आहेत, म्हणून आपण त्यांच्यापासून दूर राहतो. पण, साखर, शीतपेयं असे मृत्युदूत घातक असूनही आपण त्यांना जवळ करतो. तसंच मोबाईलचंही. तो मृत्युदूत असूनही आपल्याला हवाहवासा वाटतो. त्याची मोहिनी विलक्षण आहे. हा अंक तिचं वास्तव स्वरूप दाखवून देण्यासाठी, आणि जमल्यास तीपासून मुक्त होण्यासाठी. खूप खूप अवघड आहे हे; पण तेवढंच अत्यावश्यकही. 'कर लो दुनिया मुट्ठी में' हे व्यापारी आवाहन अत्यंत आकर्षक आहे; तथापि, दुनिया मुट्ठी में करण्याच्या भ्रमात आपण मृत्यूलाच मुठीत घेत आहोत, हे प्रत्येकानं लक्षात घ्यावं, नि मृत्यूच्या ह्या मिठीतून स्वत:ला, आपल्या मुलांना सोडवावं, ही कळकळीची विनंती.

---

* हा विशेषांक आता 'मृत्युदूत मोबाईल' ह्याच नावाच्या पुस्तिकेच्या रूपानं (संतुलन प्रकाशन) उपलब्ध आहे.

७५

अनैतिक रोजगार

औद्योगिक उत्पादन-पद्धतीतले सर्वच रोजगार हे कोणत्या ना कोणत्या प्रकारे 'अनैतिक'च असतात असं सांगणारं, डिसेंबर २०२०च्या अंकाचं हे संपादकीय.

हवेचं प्रदूषण वाढलं, तर प्राणवायूच्या कमतरतेमुळे कोरोनाजन्य परिस्थिती आणखी बिकट होईल, म्हणून पंजाब, राजस्थानादि अनेक राज्यांनी यंदा फटाक्यांवर बंदी घातली. पण, ह्याचा तमिळनाडूच्या अर्थव्यवस्थेवर विपरीत परिणाम होणार असल्यानं, त्याच्या मुख्यमंत्र्यांनी विविध राज्यांच्या मुख्यमंत्र्यांना पत्र लिहून 'शिवकाशीचे फटाके आता कमी प्रदूषक असल्यानं' अशी बंदी न घालण्याची विनंती केली.

सध्याच्या अर्थव्यवस्थेतला एक अनैतिक अंतर्विरोधच ह्यातून पुढे आला : अर्थव्यवस्था चालू/गतिमान राहायला हवी असेल; तर, पर्यावरणाची हानी करण्याला पर्यायच नाही! शिवकाशीची अर्थव्यवस्था ही देशातल्या हवेचं प्रदूषण, कानठळ्या बसवणारं ध्वनिप्रदूषण, प्रचंड कचरा ह्यांवर आधारित आहे. लोकांनी आपापल्या गावां-शहरांत हे प्रदूषण-कचरा करून घेण्यातूनच शिवकाशीतल्या मजुरांना रोजगार—आणि त्यांची पिळवणूक करणाऱ्या मालकांना डोळे पांढरे करणारा नफा—मिळतो. म्हणजे दुसऱ्याच्या बरबादीवरच ह्यांची बरकत अवलंबून आहे! 'अनैतिक रोजगारा'चं हे एक उत्तम उदाहरण म्हणता येईल.

पण, तसं पाहिलं तर औद्योगिक उत्पादन-पद्धतीतले सर्वच रोजगार असे कोणत्या ना कोणत्या प्रकारे 'अनैतिक' नाहीत का? काही अ-नवीकरणक्षम संसाधनं संपवतात म्हणून; तर, काही प्रदूषण करतात म्हणून. काहींमुळे अकुशल कामगारांचे रोजगारच नाहीसे होतात म्हणून; तर, काहींमुळे विषमता वाढते म्हणून! कारणं काहीही असोत : अनैतिकता हा त्यांचा पाया समान आहे. अन्य माणसं असोत की निसर्ग : त्यांच्या वाइटावरच काहींचा 'विकास' आधारलेला आहे. काही 'आहे रें'चं भलं हे बहुसंख्य 'नाही रें'च्या बुऱ्यावर, नाशावरच अवलंबून आहे!

५-६ दशकांपूर्वी अमेरिकेत धूम्रपानविरोधी मोहीम सुरू झाली. सिगारेटींच्या पाकिटांवर 'धूम्रपान आरोग्यासाठी हानीकारक आहे' असा 'सर्जन जनरल'चा इशारा छापला जाऊ लागला. त्यावर अमेरिकी सिगारेट-उत्पादकांनी 'सिगारेटी न ओढणं हे

अमेरिकी अर्थव्यवस्थेच्या स्वास्थ्यासाठी हानीकारक आहे' अशा जाहिराती वृत्तपत्रांमधून प्रकाशित केल्या. म्हणजेच, माणसांच्या/पर्यावरणाच्या स्वास्थ्यापेक्षा उद्योगांचं, अर्थव्यवस्थेचं 'स्वास्थ्य'(!) महत्त्वाचं!

मला वाटतं, कुठे तरी आपल्या दृष्टीतच मूलभूत गडबड आहे. केवळ फटाके किंवा सिगारेटी हा मुद्दा नाही : एकूणातच आपली आजची सर्वच विकासनीती आणि जीवनशैली ही दुसऱ्या कुणाच्या तरी 'स्वास्थ्या'ची (व्यापक अर्थानं) हानी करणारी बनलेली आहे. थोडे अंतर्मुख झालो, तर पेट्रोल-डीझेल, किंवा वीज वापरून आपण करत असलेल्या प्रत्येक कामामुळे हे होताना आपल्याला आढळेल. एकदा हे लक्षात आल्यावर तरी आपण परिवर्तन करणार की नाही? विकासनीतीतलं परिवर्तन ही जरा लांबची, अवघड बाब आहे; पण, आपल्या जीवनशैलीतलं परिवर्तन तर आपल्याच हातात आहे! ह्या परिवर्तनासाठीची दृष्टी, विचार आणि कृति-कार्यक्रम लोकांपुढे ठेवणं हेच ग.सं.चं कार्य आहे.

मूळ विषयाकडे यायचं, तर यंदा(पासून?) आपण फटाके उडवण्याचं बंद करू शकतो का? बाकी मुद्दे बाजूला ठेवले, तरी किमान पर्यावरणाचा विचार तरी करायचा की नाही? हवा मुळातच भयंकर प्रदूषित असताना त्यात फटाक्यांच्या प्रदूषणाची भर कशाला घालायची? पूर्ण बहिष्कार शक्य नसेल, तर पहिल्या टप्प्यात आवाजाच्या फटाक्यांवर बहिष्कार घालायचा; अन् पुढच्या वर्षापासून सर्वच फटाक्यांवर.

मात्र, हे सारं पालकांनी मुलांना समजावून सांगावं लागेल. फटाक्यांमुळे होणारं हवेचं प्रदूषण; ह्या प्रदूषणाचा थर धुक्यासारखा हवेत साचून राहणं; हे विषारी वायू जेव्हा आपल्या श्वासावाटे फुप्फुसांत जातात, तेव्हा गुदमरल्यासारखं होणं; फटाक्यांमुळे होणारं ध्वनिप्रदूषण; आगी लागणं–भाजणं; भाजण्याच्या घटनांत काही माणसं मृत्युमुखीं देखील पडणं... हे सारं त्यांना समजावून सांगावं लागेल.

ह्या 'नको'च्या बरोबरीनंच अनेक विधायक पर्यायही त्यांच्यासमोर ठेवावे लागतील. भेटकार्डं, आकाशकंदील हे स्वत:च तयार करायला त्यांना प्रवृत्त करावं लागेल. त्यांना सोबत घेऊन हे सारं त्यांना शिकवावं लागेल. फटाक्यांच्या रूपानं पैसा जाळून टाकण्याऐवजी, घरात कायम राहतील अशी उत्तमोत्तम पुस्तकं विकत घेण्याचा विधायक पर्याय त्यांच्यापुढे ठेवायला हवा.*

पाहा, मुलांना समजावून सांगून यंदाच सुरुवात करा.

---

* अधिक माहितीसाठी 'विधायक दिवाळी' ही पुस्तिका (संतुलन प्रकाशन) वाचा.

७६

गणेशमूर्तींचा 'धंदा'

गणेशमूर्तींचा आज जो 'धंदा' चालू आहे, त्यातून निसर्गाची प्रचंड हानी होते. ह्यावर सडेतोड टीका करणारं; आणि आपलं हिंदुत्व हे विधायक असायला हवं असं सांगणारं, जून २०२१च्या अंकाचं हे संपादकीय.

४ एप्रिलच्या 'लोकमत'मध्ये एक बातमी आली आहे : कोरोनामुळे विविध देशांत लागू झालेल्या टाळेबंदीमुळे २५,०००-३०,००० गणेशमूर्ती ह्या तिथल्या ग्राहकांपर्यंत पोहोचू न शकल्यानं पेणमधले मूर्तिकार चिंतेत असल्याची. पावसाळ्या-पूर्वीच ह्या निर्यातीय मूर्ती तयार असतात, नि जूनपूर्वीच त्यांनी भरलेले महापेटारे (कंटेनर) जहाजांनी देशोदेशीं रवाना होतात. यंदा ही वाहतूक थांबलेली असल्यानं मूर्ती बंदरांतच खोळंबलेल्या आहेत.

ही बातमी वाचल्यावर मला वाटलं की, ही बुद्धीची देवता आपल्याला काडी-इतकीही अक्कल शिकवण्यात अपयशी ठरलेली आहे. ह्यात दोष शिकवणाऱ्याचा नसतो, तर शिकणाऱ्याच्या निर्बुद्धपणाचा असतो. गणपती आपल्याला हे सांगतोय की, गणेशमूर्तींची अशी निर्यात हीच मुळात चुकीची आहे. त्या मूर्तींना आपण एक 'विक्रेय' वस्तू, 'नफा मिळवून देणारं उत्पादन' असं जे बनवलेलं आहे, ते चूक आहे.

योग्य हे आहे की, प्रत्येकानं गणेश चतुर्थीच्या दिवशी सकाळी स्थानिक मातीची, जशी जमेल तशी गणेशमूर्ती बनवावी; तिची इच्छेनुसार १॥–५–७–१० दिवस पूजा करावी; नि अखेरीस जिथून माती आणली, तिथेच तिचं विसर्जन करावं. कुठल्या तरी परप्रांतातून शाडूची माती पेणमध्ये आणायची, आणि तिच्या मूर्ती बनवून त्या जगभर विकायच्या ह्याची गरजच काय? हा पार्यावरणिक अपराध आहे! प्लॅस्टरच्या मूर्ती हा तर आणखीनच मोठा अपराध. गणपती आपले सर्व अपराध पोटात घेतो असं म्हणतात; पण, ही माणसाची निव्वळ स्वार्थी इच्छा आहे. निसर्गाच्या न्याय्य रचनेत असं होत नाही : प्रत्येक कृतीचं, अपराधाचं फळ निर्माण होतंच होतं; नि ते भोगावंही लागतंच लागतं. गणेशमूर्तींचा हा जो 'धंदा' चालू आहे, त्यातून निसर्गाची प्रचंड हानी होते आहे—मातीचा रेखीय प्रवास, कर्बोत्सर्जन, इत्यादि—नि

त्याची फळं विविध समस्यांच्या रूपानं आपण आजही भोगत आहोत, नि उद्याही भोगणार आहोत.

* * *

एकदा 'धंदा'च करायचा म्हटलं की, स्वस्तातला कच्चा माल, कमी उत्पादन-कालावधी, कमी गुंतवणूक, अधिकाधिक नफा ही सारी 'तंत्रं' आपोआपच त्यात शिरतात. ह्यातलं एक तंत्र म्हणजे शाडूच्या मातीऐवजी 'प्लॅस्टर ऑफ पॅरीस' वापरणं. ते स्वस्त असतं. त्या मूर्ती हलक्या असतात, लवकर सुकतात. उत्पादन, साठवणूक, वाहतूक अशा सर्वच दृष्टींनी हे 'फायद्या'चं. पण, हा पदार्थ पाण्यात विरघळत नाही. पण, ती समस्या मूर्ती विसर्जित होतात तिथली : उत्पादकांना-विक्रेत्यांना तिच्याशी काय देणं-घेणं?

असं किती प्लॅस्टर समुद्र, नद्या, तलाव, वा विहिरीत फेकलं जातं? माझ्याकडे २१ सप्टेंबर २०१९च्या 'लोकसत्ते'तल्या एका वृत्तान्ताचं कात्रण आहे. त्यातली माहिती अशी :

गणेशमूर्तींचं मोठ्या प्रमाणात उत्पादन पेणच्या परिसरात होतं. ह्यांपैकी ८०%हून अधिक मूर्ती ह्या प्लॅस्टरच्या असतात. वापरल्या जाणाऱ्या प्लॅस्टर ऑफ पॅरीसचं वजन १३,४४७ टन. ह्यांपैकी ८००० टन प्लॅस्टर हे मुंबईचा समुद्र, नद्या, तलाव ह्यांत फेकलं जातं. त्यातील गंधक आणि अन्य विषारी घटक, विषारी रंग हे केवळ जलस्रोतांचीच नव्हे; तर, मानवासह अनेक सजीवांच्या आरोग्याची हानी करतात. हे प्लॅस्टर पेणला येतं ते गुजरात, राजस्थान आणि पार इराणमधूनही! (विकास!)

बरेच पर्यावरणप्रेमी हे ह्याबाबत प्रबोधन करून 'शाडू-मातीच्या मूर्ती वापरा', 'कागदाच्या लगद्याच्या मूर्ती वापरा', असं सांगतात. तथापि, मातीच्या अतिरेकानं जलजीवांच्या श्वसनावर दुष्परिणाम होतो; तर, कागद कुजण्यामुळे पाण्याची BOD (Biochemical Oxygen Demand) वाढून पाण्यातलं प्राणवायूचं प्रमाण कमी होतं.

सारांश, हे सर्वच प्रकार हे निसर्गविरोधी आहेत. स्थानिकच मातीच्या मूर्ती, त्यांचं स्रोताच्याच ठिकाणी (मातीत) विसर्जन, न पेक्षा धातूची एकच मूर्ती वर्षानुवर्षं वापरणं, हेच वैध, निसर्गस्नेही पर्याय आहेत. आपलं हिंदुत्व हे विघातक, लाज वाटावी, असं नव्हे; तर, निसर्ग-रक्षणाचा खराखुरा अभिमान वाटावा, असं विधायक असायला हवं.

गणेशमूर्तींचा उद्योग गोत्यात आणून गणपती हेच सांगतोय : मातीशी नातं जोडा. चक्रीयता, स्थानिकता जोपासा. प्लॅस्टरसारख्या अ-विघटनक्षम पदार्थांचा, घातक रासायनिक रंगांचा वापर करू नका.

पण, तो जे सांगतोय, ते ना व्यापाऱ्यांना ऐकायचंय, ना ग्राहकांना. ‘धर्म’ काय हे दोघांनाही ठाऊक नाही. त्यामुळे, बाजारपेठेनं गणेशमूर्ती ही एक क्रेय-विक्रेय वस्तू बनवून टाकली आहे, नि हे दोघंही निर्बुद्धपणे त्या व्यवस्थेचा भाग बनलेले आहेत.

मग, ह्या बाजारपेठेलाच सुरुंग लावण्यावाचून गणपतीला तरी काय पर्याय आहे? पाठीत धपाटा घालूनच शिकवण्याची वेळ त्याच्यावरही केव्हा तरी येणारच की!

पण, आता तरी आपण ह्यातून काही शिकणार आहोत का?

७७

पर्यावरण-दिन, योग-दिन आणि ३६५ विकास-दिन!

पर्यावरण-दिन आणि योग-दिन ह्यांच्या ‘दिखाऊ कर्मकांडा’त झालेल्या रूपांतरावर टीका करणारं, जुलै २०१५च्या अंकाचं हे संपादकीय.

गेल्या महिन्यात दोन महत्त्वाचे दिन चढत्या प्रमाणात साजरे केले गेले. ५ जूनला होता जागतिक पर्यावरण-दिन; तर २१ जूनला आंतरराष्ट्रीय योग-दिन. ‘पर्यावरण-दिन’ हा आता तसा जुना झाला. त्याचं केव्हाच ‘कर्मकांडा’त रूपांतर झालेलं आहे. ‘योग-दिना’चं मात्र तसं नव्हतं. यंदाचा २१ जून हा पहिलाच योग-दिन होता. त्यामुळे त्यात नावीन्य, उत्सुकता होती.

‘असे दिन साजरे करावेत का’ ह्याविषयी सदैवच दोन्ही बाजूंनी मतप्रदर्शन केलं जातं. ‘हो’ असं उत्तर असणारे म्हणतात की, त्या निमित्तानं त्या विषयाकडे लक्ष वेधलं जातं. ‘नाही’ असं मत असणाऱ्यांचं म्हणणं असं की, असा एक दिवसच फक्त त्या विषयाकडे लक्ष वेधून काय होणार : बाकी ३६४ दिवस आपण काय करतो?

मला ‘नाही’वाल्यांचं मत पटत असलं, तरीही असे दिन—एक दिवस का असेना—पण साजरे केले जावेत असं मला वाटतं. भले ३६४ दिवस आपण तो विषय विसरून जाणार असलो, दुर्लक्षिणार असलो; तरी, एक दिवस का होईना

त्याचा आपण विचार करतो ना? तो दिन नसेल, तर १/३६५ एवढाही विचार केला जाणार नाही. त्यामुळे, 'अकरणात् अल्पकरणं श्रेय:' ह्या न्यायानं असे दिन साजरे करावेतच. मग तो पर्यावरण-दिन असो; योग-दिन असो; महिला-दिन असो; की, तंबाखू-मुक्ती-दिन असो. त्याचा अत्यल्प का असेना; पण, उपयोग आहे.

पण, म्हणून 'नाही'वाल्यांचं म्हणणंही दुर्लक्षिता येत नाही. त्यांच्या प्रतिपादनात खूपच तथ्य आहे. एखादा दिवस विशिष्ट कारणाकरता साजरा केला की, बाकी वर्षभर आपण तो विषय विसरायला मोकळे! ह्यालाच 'कर्मकांड' म्हणतात. कर्मकांड मुळात वाईट नसतं. त्या त्या कर्मामुळे ते ज्याकरता केलं जातं त्या गोष्टीचं, त्या तत्त्वाचं स्मरण व्हावं हा उद्देश असतो. जर ते स्मरण होत असेल; त्या स्मरणातून उर्वरित काळ त्या तत्त्वाचा निदिध्यास चालू राहत असेल, तर ते कर्मकांड करण्यात काही गैर नाही.

पण, असं प्राय: होत नाही. पु.ग.सहस्रबुद्ध्यांनी म्हटल्याप्रमाणे 'नरोटीची उपासना' सुरू होते. गाभा विसरला जातो आणि बाह्य अवडंबर तेवढं शिल्लक राहतं. 'पर्यावरण-दिना'ची तर केव्हाच अशी अवस्था होऊन तो 'पर्यावरण-श्राद्ध-दिन' झालेला आहे! आणि 'योग-दिन' तर प्रारंभापासूनच 'योगासन-दिना'च्या संकुचिततेत सीमित झालेला दिसतो आहे.

खरं तर, पर्यावरण-दिन आणि योग-दिन ह्यांमध्ये एक समान सूत्र आहे, ते एका विशिष्ट अशा जीवनदृष्टीचं : एकात्म आणि आध्यात्मिक. पर्यावरणाचा विचार म्हणजे व्यष्टी, समष्टी आणि सृष्टी ह्यांचा एकात्म विचार. आजचा पर्यावरण-विचार हा पश्चिमी असल्यानं त्यात आध्यात्मिकता नाही. 'योगा'त 'परमेष्टी'चाही समावेश असल्यानं आध्यात्मिकता आपोआपच येते. म्हणजेच, योगाचा विचार हा सर्वव्यापक असून पर्यावरणविचार हा त्याचा एक उपसंच आहे, असं म्हणता येईल.

ह्या एकात्मतेतून जी जीवनशैली प्रत्यक्षात येते, ती असते संयमित उपभोगाची. योगाची प्रक्रिया ही मूलत: इंद्रियं-मनावरच्या वाढत्या संयमाची आहे. बाह्य विषयांची अनावर ओढ असणारी इंद्रियं; आणि अत्यंत चंचल असणारं मन हे आवरून न धरल्यास आतून शरीराची हानी होते, आणि बाहेरून परिवार, समाज, राष्ट्र आणि

मोदींचे हे विचार, हे बोलणं अगदी शत-प्रतिशत योग्य आहे. पण, मग ह्या महाशयांची कृती मात्र ह्याच्या शत-प्रतिशत विरुद्ध का? हे दोन दिन साजरे करण्यासाठी त्यांनी जो १-१ तास दिला, त्या व्यतिरिक्तचे सर्व तास ते ह्याच्या नेमकं उलटं काही तरी का करत असतात?

निसर्गाची. त्यामुळे इंद्रियं आणि मन ह्याचा संयम हळूहळू वाढवत जाणं; बहिर्मुखते-कडून अंतर्मुखतेकडे जाणं ही योगाची प्रक्रिया आहे. म्हणजेच, ह्या प्रक्रियेत उपभोग कमी-कमी करत/होत जाणं अपेक्षित आहे. मूलत: हे सारं करायचं, ते 'आत्मदर्शन' ह्या परमोच्च ध्येयासाठी. पण, त्या उपभोग कमी होण्याचा व्यावहारिक उपयोग पर्यावरण-रक्षणासाठी, -संवर्धनासाठी, त्याची सुस्थिती टिकून राहण्यासाठी होतोच. त्यामुळे योगिक जीवनशैली ही आपोआपच निसर्गस्नेही बनून जाते.

ते दिन साजरे करताना, ही प्रक्रिया केवळ १ तास नव्हे; तर, २४×३६५ तास आपल्या आत चालू राहील ह्याकडे सजगतेनं लक्ष देणं आवश्यक असतं. तसं झालं नाही, तर मात्र मग ते निरर्थक कर्मकांड बनून जातं. आतलं श्रीफल विसरलं जाऊन 'नरोटीची उपासना' सुरू होते.

तथापि, एक वेळ ही अज्ञानजन्य 'नरोटीची उपासना'ही परवडली, असं मोदींचा दुटप्पीपणा पाहून वाटायला लागतं. त्यांच्या उक्ती आणि कृतीमधलं अंतर इतकं जबरदस्त आहे की, विचारता सोय नाही. ते ह्या दोन्ही दिनांच्या निमित्तानं बोलले खूप छान आणि योग्य. पर्यावरण-दिनीं आपल्या निवासस्थानीं कदंबाचं रोप लावताना ते म्हणाले की, 'भावी पिढीच्या उज्ज्वल भवितव्यासाठी लोकांनी पर्यावरणाचं रक्षण करावं. निसर्गाबरोबर सुसंवादानं राहणं हाच पृथ्वीमातेची दुर्दशा टाळण्याचा उपाय आहे.' तर, योग-दिनाच्या भाषणात, 'योगासनं ही तबला-तंबोरा लावण्यासारखी मैफिलीची पूर्वतयारी आहे; खरी मैफिल म्हणजे मन शांत, तणावमुक्त करणं' असं ते म्हणाले. 'योगाचं उद्दिष्ट 'आंतरिक विकास' हे आहे' असं त्यांनी ठासून सांगितलं.

त्यांचे हे विचार, हे बोलणं अगदी शत-प्रतिशत योग्य आहे. पण, मग ह्या महाशयांची कृती मात्र ह्याच्या शत-प्रतिशत विरुद्ध का? हे दोन दिन साजरे करण्या-साठी त्यांनी जो १-१ तास दिला, त्या व्यतिरिक्तचे '२४×३६५ वजा २' इतके सर्व तास ते ह्याच्या नेमकं उलटं काही तरी का करत असतात? ते बोलतात भावी पिढ्यांच्या उज्ज्वल भवितव्यासाठी पर्यावरणाचं रक्षण करण्याबाबत; पण, त्यांची यच्चयावत् धोरणं ही पर्यावरण-विनाशातून भावी पिढ्यांची जीवनं उद्ध्वस्त करणारी आहेत! ते बोलतात पृथ्वीमातेची दुर्दशा टाळण्यासाठी निसर्गाबरोबर सुसंवादानं राहण्याविषयी; पण, त्यांची विकासाची जी संकल्पना आहे, ती जराही निसर्गसंवादी नसल्यानं पृथ्वीची दुर्दशा करणारी आहे! ते म्हणतात की, योग हा आंतरिक विकासासाठी आहे; पण, प्रचंड ताकदीनिशी ते प्रयत्न करतात बाह्य विकासासाठी : जो आंतरिक विकासाला घातक आहे! पर्यावरण-दिन आणि योग-दिन ह्यांकरिताची एकेक तासाची ओष्ठ-सेवा (lip-service) झाल्यावर ते ३६५ 'विकास-दिन' धूमधडाक्यात साजरे करण्याच्या कामात झोकून देतात.

म्हणजेच, थोडक्यात उक्ती आणि कृती हे मोदींचे अनुक्रमे दाखवण्याचे आणि

खाण्याचे दात झाले. ओठात एक आणि पोटात वेगळंच! आणि मोदींची बुद्धिमत्ता पाहता ही 'अज्ञानमूलक चुकीची कृती' असणं अशक्य आहे.

मोदींचं मोदींपाशी : आपण तरी निदान आपल्या जीवनातले असे अंतर्विरोध, दुटप्पीपणा टाळणार की नाही? 'योग' म्हणजे 'योगासनं' हे समीकरण आपल्याही मेंदूत किती घट्ट बसलेलं आहे! जे शास्त्र मूलतः जीवनाच्या परमोच्च ध्येयासाठी तयार झालं, ते किती क्षुद्र हेतूसाठी वापरतो आपण! आम्ही आरोग्याचे आणि निसर्गाचे कोणतेही नियम पाळणार नाही; इंद्रियं-मनावर कोणत्याही प्रकारे संयम ठेवणार नाही; उपभोगावरच्या आंतरिक आणि उत्पादनावरच्या बाह्य मर्यादा सतत उल्लंघिणार. अन् मग त्यामुळे व्याधी जडल्या की, 'योगा' करणार! हे व्हायला मुख्यत्वे कारणीभूत आहेत ते योगाचा बाजार मांडून बसलेले व्यापारी. तेही बोलतात 'योग ही जीवनपद्धती आहे' वगैरे; पण, 'संपूर्ण जीवनाला व्यापून उरणारा योग प्रतिक्षणीं आचरा' असं ते समोर येणाऱ्या रुग्णांना सांगत नाहीत. 'जीवनाचा वेग-विस्तार, जीवनातली गुंतागुंत कमी करा' असं ते सांगत नाहीत; तर, ह्यांच्या अतिरेकातून मनावरचा ताण प्रचंड वाढून हृद्रोग-रक्तदाब-मधुमेह-दमा-पचनविकार अशा ज्या शेकडो मनोजन्य शारीरिक व्याधी उपटतात, त्यांवर भक्कम शुल्क आकारून उपचार करणारी 'दुकानं' चालवतात! त्यांच्या नावात 'आश्रम' असतो; पण, वस्तुतः ते दुकानच असतं. ते प्रचलित बाजारपेठेचाच एक भाग असतात. प्रचलित उद्योगमूलक विकासनीतीला ते कधीही विरोध करत नाहीत; कारण, त्यातूनच त्यांना 'Stress Management'च्या दुकानांसाठी गिऱ्हाइकं मिळत असतात!

ही राजकीय आणि व्यापारी ढोंगबाजी समजून घेऊन, आपण आपल्या जीवनात तरी ती टाळायला हवी. रोज आसनं-प्राणायाम करायला काहीच हरकत नाही; पण, 'अष्टांग-योगा'तल्या त्यापूर्वीच्या दोन अंगांत पतंजलींनी अहिंसा, सत्य, अस्तेय, ब्रह्मचर्य, अपरिग्रह, शौच, सन्तोष, ईश्वरप्रणिधान, इ. यम-नियम पाळायला सांगितले आहेत, ह्याकडे आपलं दुर्लक्ष होऊ नये. शारीरिक स्वास्थ्याला घातक, आणि मनाचं संतुलन ढळवणारी कोणतीच कृती आपल्या हातून होऊ नये, ह्याविषयी आपण दक्ष असायला हवं. बाह्य आणि आंतरिक विकासांचं प्रमाण कायमच व्यस्त असतं हे लक्षात घेऊन बाह्य, भौतिक वाढीला आपल्या जीवनात मर्यादा हवी. योगाचरणातून मिळणारं शारीरिक स्वास्थ्य आणि मानसिक शांती ही आंतरिक प्रगतीसाठी वापरायची आहे; 'अपवर्ड मोबिलिटीसाठी', किंवा करिअरमध्ये 'टॉपला जाण्यासाठी' नव्हे, ह्याचं भान असायला हवं.

'मोदी-योगा'कडून 'पातंजल योगा'कडे जाण्यासाठी आपल्या जीवनात ही सजगता नित्य आवश्यक आहे.

७८

'निषेध' की 'विधी'?

राजकीय पक्ष काय, किंवा तुम्ही-आम्ही 'जनता' काय : सायकल चालवणं हा सर्वांसाठी 'निषेध' नव्हे; तर, 'विधी' व्हायला हवा असं प्रतिपादन करणारं, ऑगस्ट २०२१च्या अंकाचं हे संपादकीय.

मध्यंतरी सरकारनं पेट्रोल आणि डीझेलच्या दरांत मोठी भाववाढ केली. संसदेतील विरोधी पक्षीयांनी तीवर विरोधी प्रतिक्रिया नोंदवणं अपेक्षित आणि स्वाभाविकच होतं. समजा हे पक्ष सत्तेत असते; तर, भाजप ह्या विरोधी पक्षानंही तशीच प्रतिक्रिया नोंदवली असती! तेव्हा, हा केवळ नाटकातल्या कोणत्या नटानं कोणते संवाद म्हणायचे, एवढाच मुद्दा आहे. आपल्याला त्याच्याशी काही देणं-घेणं नाही.

मला वाचकांचं लक्ष वेधायचंय ते विरोधी पक्षांनी ज्या प्रकारे निषेध नोंदवला त्या पद्धतीकडे : सायकल-मोर्चे! इंधन-दरवाढीमुळे आता जनसामान्यांना वाहनं परवडणार नाहीत; त्यांना आता सायकली चालवाव्या लागतील, हे सरकारला सांगण्यासाठी म्हणे हे सायकल-मोर्चे.

आता गंमत अशी की, 'निषेध' म्हणून एखादी वाईट गोष्ट वा कृती केली जाते. दंडाला काळ्या फिती बांधणं; काळे झेंडे दाखवणं; प्रेतयात्रा काढणं; खायला अन्न नाही, म्हणून रिकाम्या थाळ्या वाजवणं... अशा कृती केल्या जातात. पण, 'सायकल चालवणं' ही निषेध व्यक्त करण्याची कृती कशी काय होऊ शकते? सायकल चालवावी लागण्यात कोणता तोटा आहे? कोणती हानी आहे?—किंबहुना, आहे तो

हे राजकीय पक्ष काय, किंवा तुम्ही-आम्ही 'जनता' काय : सायकल चालवणं हा सर्वांसाठी 'निषेध' नव्हे; तर, 'विधी' व्हायला हवा. हे राजकीय पक्षांचे कार्यकर्ते 'गाड्या उडवण्यापेक्षा' सायकली चालवतील, तर किती बरं होईल! तुम्ही-आम्हीही हेच केलं, तर व्यक्ती, समाज आणि पर्यावरण ह्या साऱ्यांसाठी ती किती लाभदायक अशी कृती असेल!

विविधांगी लाभच! व्यायामातून होणारा शारीरिक स्वास्थ्याचा लाभ आणि रक्षण; मनावरचा नगण्य ताण; कमी वेग; जीवनाचं छोटं क्षेत्र; साधं-सोपं-समुचित तंत्रज्ञान; टळणारा इंधन-वापर; त्यातून होणारी इंधनाची बचत; अजिबात न होणारं प्रदूषण; वाचणारी रस्त्यावरची जागा; पार्किंगच्या समस्येचा अनुद्भव; टळणारी गर्दी-घुसमट... किती म्हणून लाभ वर्णावेत ह्या कृतीचे! इंधन-दरवाढीमुळे हे सर्व होणार असेल; तर, तिला विरोध न करता; उलट, तिचं सायकल चालवून स्वागतच केलं पाहिजे! 'सायकल-मोर्चे' हे वस्तुत: 'निषेध-मोर्चे' नसून, 'स्वागत-मोर्चे' आहेत.

हे राजकीय पक्ष काय, किंवा तुम्ही-आम्ही 'जनता' काय : सायकल चालवणं हा सर्वांसाठी 'निषेध' नव्हे; तर, 'विधी' व्हायला हवा. 'विधी' म्हणजे 'करण्यास योग्य', किंवा 'केली पाहिजे' अशी गोष्ट. हे राजकीय पक्षांचे कार्यकर्ते 'गाड्या उडवण्यापेक्षा' सायकली चालवतील, तर किती बरं होईल! तुम्ही-आम्हीही हेच केलं, तर व्यक्ती, समाज आणि पर्यावरण ह्या साऱ्यांसाठी ती किती लाभदायक अशी कृती असेल!

आज जगात अनेक ठिकाणी हे होतंय. पॅरीस, ॲमस्टरडॅम ही शहरं ही 'सायकलींची शहरं' बनलेली आहेत. तिथल्या महानगरपालिकांनी भाड्यानं सायकली मिळण्याची अत्यंत छान सोय केलेली आहे. लोक घरापासून स्थानकापर्यंत स्वत:च्या वा अशा भाड्याच्या सायकलनं जातात, नि त्या तिथे लावून उपनगरी गाड्यांनी कामाच्या ठिकाणी जातात. प्रत्येकानं स्वत:चं दुचाकी-चारचाकी वाहन वापरायचं म्हटलं की, तो 'जीत-हार' प्रकाराचा खेळ होतो : प्रारंभी व्यक्ती जिंकते; अन् समाज आणि निसर्ग हरतो. तथापि, हा खेळ लवकरच, स्वाभाविकपणेच, 'हार-हार' असा बनतो : कारण, समाज आणि निसर्गाची हार ही लवकरच व्यक्तींच्या जीवनाची गुणवत्ता उणावते. गर्दी, प्रदूषण, आवाज, गोंगाट, असुरक्षितता, अपघात अशा समस्या वाढून हे होतं. शिवाय, ते खर्चीकही असतं. अन् अशा इंधनचलित वाहनांच्या गर्दीमुळे वाहतुकीचा वेग ताशी १०-१२किमी एवढाच राहतो! मग, ह्या सर्व हानी टाळणाऱ्या सायकलमुळेही तो तेवढा मिळतोच की!

म्हणजेच, सायकल चालवल्यानंच केवळ हा खेळ 'जीत-जीत' असा होऊ शकतो. खेळ 'जीत-जीत' होण्यासाठी व्यक्तीनं 'स्वैच्छिक हार' स्वीकारणं, हे आवश्यक असतं. 'गाडीऐवजी सायकल चालवणं' ही हार व्यक्तीनं आपणहून स्वीकारली की, समाज आणि निसर्ग जिंकून पर्यायानं व्यक्तीही जिंकते. आज ह्याची गरज आहे.

विरोधी पक्षांनी सरकारचा 'निषेध' म्हणून जी कृती केली, ती, म्हणूनच 'विधी' बनायला हवी.

७९

चांगलंच, पण...

‘उपक्रम’ चांगलेच असले, तरी जोवर जीवनशैलीच बदलत नाही, तोवर नुसत्या उपक्रमांनी काहीही परिवर्तन होणार नाही, असं मत-प्रतिपादन करणारं, एप्रिल २०१७च्या अंकाचं हे संपादकीय.

मार्चमध्ये पुण्यात असताना काही ठिकाणच्या पर्यावरणविषयक उपक्रमांच्या बातम्या वाचनात आल्या. त्या वाचल्यावर मनात काही विचार आले. तेवढ्यातच अजित बर्जेचा ह्या अंकासाठीचा लेखही हातीं आला. तो वाचल्यावर मनातले ते विचार कागदावर उतरवावेतच असं वाटलं.

अजितनं ज्या लेखाचा परिचय करून दिलेला आहे, तो आहे अनेक जणांच्या बेगडी निसर्गप्रेमाविषयीचा. माझीही मतं त्या लेखकाशी अगदी शत प्रतिशत जुळतात. अशा तथाकथित निसर्गप्रेमींकरता पक्षी, प्राणी, जंगलं, समुद्रं ह्या निव्वळ ‘उपभोग्य वस्तू’ असतात : एक तर स्वत:पुरता आनंद मिळवण्यासाठी तरी त्या ‘वापरायच्या’; किंवा मग, त्यांची प्रकाशचित्रं विकून पैसे तरी कमवायचे. अशांना पर्यावरण-रक्षणाशी काहीही देणं-घेणं नसतं. किंबहुना, त्यांच्या ह्या कृतींमुळे पर्यावरणाची हानीच होते. मध्यंतरी एक कार्यकर्ता आला होता. तो सांगत होता : ‘काका, हे माळढोक कमी का होताहेत, हे तुम्हाला माहितीये?—त्यांचे फोटो काढणाऱ्यांमुळे! त्यांच्या कॅमेऱ्यांच्या फ्लॅशला ते बिचकतात नि घाबरून दूर निघून गेले की, अंड्यांकडे पुन्हा फिरकतच नाहीत. त्यामुळे त्यांची संख्या घटतीये!’

मी ज्या २-३ बातम्या वाचल्या, त्यातली एक होती पुणे जिल्ह्याच्या पुरंदर तालुक्यातल्या पक्षीप्रेमींनी चालवलेल्या ‘चिमण्या वाचवा’ अभियानाची. दुसरी होती २० मार्चच्या ‘जलदिना’निमित्त पुण्यात निघालेल्या ‘जल-दौडी’ची. हे उपक्रम चांगलेच आहेत. पण, त्यांतून नेमकं काय साध्य होतं? आपली सारी जीवनशैलीच जर पक्ष्यांचे अधिवास उद्‌ध्वस्त करणारी असेल, तर चिमण्या काय, किंवा अन्य पक्षी काय : कसे वाचणार? जल-दौडीत पळणारे, घोषणा देणारे विद्यार्थी रोजच्या जीवनात पाण्याचा थेंब न् थेंब वाचवतात का? सायकल-दिनीं त्या रॅलीत सहभागी असणारे किती जण ‘मी इंधनचालित वाहन विकत घेणार नाही–चालवणार नाही’

अशा प्रकारचे 'सायकलनिष्ठ' असतात?

सारांश, हे उपक्रम चांगलेच असले, तरी ते फक्त 'उपक्रम'च राहतात. जोवर जीवनशैलीच तशी बदलत नाही, तोवर नुसत्या उपक्रमांनी काहीही परिवर्तन होणार नाही. वृत्तपत्रांत प्रकाशचित्रं-बातम्या-मुलाखती छापून येतील; फेसबुकवर 'लाईक्स' मिळतील...सगळं होईल. पण, प्रत्यक्षातलं पर्यावरणाचं अध:पतन मात्र तसंच चालू राहील.

म्हणून, खरं तर, अशा दिखाऊ, उथळ गोष्टी टाळल्याच गेल्या पाहिजेत. प्रयत्न हवेत ते जीवनशैलीच निसर्गस्नेही बनवत नेण्याचे. पण, हे लक्षात येण्याइतकं तरी गांभीर्य आहे का ह्या दिखाऊ पर्यावरणवाद्यांकडे?

८०

'आकांक्षां'ची पूर्तता!

आपल्या भौतिक आकांक्षा अमर्याद वाढणं हे विनाशकारी आहे : त्यांना निसर्गाच्या धारणक्षमतेच्या मर्यादेत ठेवायलाच हवं, असं सांगणारं ऑगस्ट २०१९च्या अंकाचं हे संपादकीय.

लोक सरकारला निवडून देतात, ते त्यानं काही गोष्टी कराव्यात ह्या अपेक्षेनं. पूर्वी जीवन साधं-सोपं होतं, तेव्हा लोकांच्या राजाकडून असणाऱ्या अपेक्षाही साध्या-सोप्या होत्या : त्यानं रयतेचं चोरा-चिलटांपासून रक्षण करावं; न्यायनिवाडा करावा; परचक्रापासून सीमांचं रक्षण करावं; सारा गोळा करताना दडपशाही करू नये, इत्यादि. पाणी, ऊर्जा, रस्ते वगैरे 'इंफ्रास्ट्रक्चर'ची गरजच नसल्यानं ती राजाची कर्तव्यही नव्हती; ना त्या जनतेच्या आकांक्षा होत्या. शिक्षण, आरोग्य-सुविधा, करमणूक, वाहतूक, इ. बाबींचाही 'राजाच्या कर्तव्यां'त समावेश नव्हता.

आधुनिक काळात मात्र राजसत्तेला हे सारं करावं लागतं. सारेच राजकीय पक्ष हे जनतेला अधिकाधिक 'विकासा'चं गाजर दाखवतात, नि त्यांपैकी जो सत्तेवर येईल, तो हे सर्व—आणि तेही सर्व जनतेला—देण्याच्या घोषणा करू लागतो. मोदींनीही

पुन्हा सत्तेवर आल्यावर ‘जनतेच्या आकांक्षांची पूर्तता’ करण्याबाबतची वचनबद्धता पुन्हा एकदा उद्घोषित केली.

कोणत्या असतात सध्या ‘जनतेच्या आकांक्षा?’—त्या प्राय: जीवनस्तर उंचावण्याच्या, चंगळवादी अशा बाबींच्या असतात. अन्न, पाणी, कपडे ह्या अगदीच प्राथमिक बाबी झाल्या. ‘आकांक्षा’ म्हणजे मोटारी, मॉल, विमान-प्रवास, महागडं शिक्षण, परदेश-पर्यटन, उंच इमारती, रुंद रस्ते-महामार्ग, मोबाइल-इंटरनेट सेवा, इत्यादि. आता जवळपास सर्व जनतेला ह्या आकांक्षांची लागण झालेली आहे.

पण, ‘अवघ्या १-२ पिढ्यांत आपल्या आकांक्षा एवढ्या ‘भव्य’ कशा झाल्या’ असा विचार आपण कधी तरी करतो का?

—ह्याची गंमत अशी आहे की, ह्या आकांक्षा जनतेच्या मनात आपोआप निर्माण नाही होत : त्या निर्माण केल्या जातात! वरील पैकी बऱ्याचशा गोष्टी ह्या युरोप-अमेरिकेत शोधल्या गेल्या–वापरात आल्या. मग, ‘बाजारपेठांचा विस्तार’ होण्यासाठी त्यांची सर्व उपलब्ध माध्यमांतून जगभर जाहिरात केली गेली–जाते. त्यातून ‘अमेरिकी जीवनशैली’ची चटक सर्वांना लावली गेली–जाते. ‘हे सगळं आपल्याला हवं’ असं जनतेला वाटू लागतं. ह्यात उद्योगांची उखळं पांढरी होत असल्यामुळे, जनमानसात ह्या आकांक्षा निर्माण करण्यात त्यांचे व्यावसायिक-आर्थिक हितसंबंध असतात. राजकीय पक्षांना/नेत्यांना देणग्या/लाच ह्या स्वरूपात त्यांच्याकडूनच पैसे मिळत असल्यानं, सर्वच राजकीय पक्षांचं धोरण हे ‘जनतेच्या आकांक्षांची पूर्तता’ ह्या गोंडस नावाखाली हा स्वार्थ साधण्याचंच असतं. अमेरिकेत हे उघडपणे चालतं : भारतात छुपेपणानं. त्यासाठीच तर निवडणूक-रोखे पक्षांना देणाऱ्यांची नावं गुप्त ठेवण्याची योजना मोदींनी केली आहे!

तथापि, माझा मुद्दा हा भ्रष्टाचाराचा, साट्यालोट्याचा नाही : तो आहे अशा आकांक्षांची पूर्तता होण्याच्या शक्याशक्यतेचा. शक्य आहे का ही आकांक्षापूर्ती? ह्याचं वास्तव उत्तर असं की, फक्त काही मूठभरांच्याच अशा आकांक्षांची पूर्तता होऊ शकते : सर्वांच्या नाही. आजही भारतात साधारणत: मलई-स्तरातल्या १५-२०% लोकांच्याच वरील आकांक्षांची पूर्तता झालेली दिसते. पण, त्याच वेळी सुमारे ५०% जनता अजूनही अत्यंत दारिद्र्यातच जीवन कंठते आहे : आजचं मरण उद्यावर ढकलते आहे. मधले जे ३०% आहेत, त्यांना मात्र वाटतंय की, सरकार—विशेषत: मोदी-सरकार—आपल्याला मलई-स्तरातल्यांसारखं जीवनमान प्रदान करेल.

पण, हा एक भ्रम आहे. अशा जीवनशैलीसाठी लागणारी नैसर्गिक साधनसंपत्ती, ऊर्जा ह्यांचा विचार केल्यास ‘अशक्य’ असंच ठाम उत्तर मिळतं! शिवाय, तशा जीवनशैलीमुळे निर्माण होणारं प्रदूषण आणि कचरा ह्यांची विल्हेवाट लावण्याची निसर्गाची क्षमताच उरलेली नाही.

आकडेवारीच सांगते की, जगातल्या सर्व माणसांना अमेरिकेसारखी जीवनशैली द्यायची ठरवली, तर ५॥ पृथ्व्या लागतील! ज्ञात विश्वात त्या उपलब्ध नाहीत.

मग, काहींची जीवनशैली तरी 'अमेरिकी' कशी बनते?—तर इतरांसाठीच्या संसाधनं-ऊर्जांचं शोषण, पळवापळवी करून! एका व्यक्तीच्या 'आकांक्षांची पूर्तता' होते, ती सहस्त्रों जणांच्या 'किमान मानवी गरजा भागाव्यात' ह्या 'आकांक्षे'चा(!) चुराडा करूनच!

मग, ह्यावर उपाय काय?—उपाय दोन आहेत. एक म्हणजे, वास्तवाचं योग्य ते भान ठेवून आपण आपल्या भौतिक आकांक्षांना पृथ्वीच्या निर्वहन-क्षमतेच्या; निसर्गाच्या धारणाक्षमतेच्या मर्यादेत ठेवायचं; नि आंतरिक—भावनिक, बौद्धिक आणि आध्यात्मिक —विकासाच्या आकांक्षा धरायच्या. त्या अ-भौतिक असल्यानं अमर्याद-अनंत असू शकतात!

दुसरा मार्ग म्हणजे हा खराखुरा, 'सम्यक्', मानवी विकास नाकारून, आपणही शोषण आणि पिळवणुकीच्या स्पर्धेत सामील व्हायचं! आपलेच बांधव, पशू-पक्षी-निसर्ग ह्या साऱ्यांचं जमेल तितकं शोषण करून; नीती, मूल्यं ह्यांना बासनात बांधून ठेवून उच्च-उच्च जीवनस्तर गाठत राहायचा. 'विकासा'चा हा पर्याय निश्चितच खुला आहे. किंबहुना, सध्या आपण तोच अवलंबतोही आहोत! फक्त, असं करताना आजच्या आपल्या 'जिती'तच उद्याची आपलीही 'हार' सामावलेली आहे, हे विसरायचं नाही. त्या वेळी परमेश्वरच काय; पण, मोदीही आपल्याला वाचवू शकणार नाहीत!

८१

काय बिघडलं?

कोरोनानं लादलेलं 'न्यू नॉर्मल' हे स्वेच्छेनं घडवण्यातच आपलं 'माणूसपण' आहे असं सांगणारं, फेब्रुअरी २०२१च्या अंकाचं हे संपादकीय.

'कोरोना' नावाचं संकट हे सरकारनं केलेल्या विविध प्रयत्नांमुळे, आता वर्षभरानं बऱ्यापैकी आटोक्यात आल्याचं दिसत आहे. लसीकरणाचा कितपत उपयोग होतो, हे

कळण्यासाठी अजून बराच काळ जावा लागेल. विषाणू सौम्य बनला आहे का–बनेल का; की, त्याच्यात उत्परिवर्तनं होऊन लशी निष्प्रभ ठरतील... अशा बऱ्याच बाबींवर पुढचं चित्र अवलंबून आहे.

ते जे काही असणार असेल ते असो : मला मुद्दा उपस्थित करायचाय तो गेल्या वर्षभरातल्या आपल्या बदललेल्या जीवनशैलीचा. आपण त्यापूर्वी जे काही करत होतो; ज्या पद्धतींनी करत होतो, ते आणि तसं आपल्याला गेल्या वर्षात करता आलं नाही. माझा सर्वांना प्रश्न असा आहे की, त्यामुळे काय बिघडलं?

काही उदाहरणंच घेऊ या.

पहिलं उदाहरण आपल्या नोकरी-व्यवसायाव्यतिरिक्तच्या प्रवासाचं. नोकरी-धंद्यासाठी ज्यांना प्रवास करावा लागतो, अशांचं टाळेबंदीमुळे निश्चितच काही तरी बिघडलं : अनेक बिचाऱ्यांच्या तर नोकऱ्याच गेल्या. (पण, त्यातही, जे संगणकाधारित काम करत होते, ते घरून काम करू लागल्यानं, त्यांचं काहीच बिघडलं नाही.) पण, मी म्हणतोय, ते आपण सर्व जण त्या व्यतिरिक्त जे प्रवास करतो, त्या संबंधात. मग ह्यात उगीचच 'शॉपिंग'ला जाणं असेल; मित्रांची टोळकी जमून त्यांचं होणारं चहापान-पार्ट्या असतील; भगिनींची हळदीकुंकवं वा भिश्या असतील; छोटे-मोठे समारंभ असतील; रविवारी कुठे तरी भटकायला जाणं असेल; पर्यटनासाठी देश-विदेशांतलं भटकणं असेल; चित्रपट-नाटकांना जाणं असेल... बरंच काही. हे सगळं न झाल्यामुळे काय बिघडलं? म्हणजे, हे सगळं पूर्णपणे अनावश्यकच आहे, असं मला मुळीच म्हणायचं नाहीये; पण, त्याचं जे मान होतं, ते 'हानीकारक', 'घातक' म्हणावं इतकं झालेलं होतं. ते कमी झाल्यानं खरं तर आपला फायदाच झाला आहे : इंधनांची बचत झाली, प्रदूषण घटलं; रस्त्यावरची वाहनांची गर्दी कमी झाली; सार्वजनिक वाहतुकीवरचं ओझं, ताण कमी झाला. (ह्यातून रिक्षा-टॅक्सीचालकांची रोजीरोटी धोक्यात आली, हे मात्र बिघडलं.)

दुसरं उदाहरण सण-समारंभांचं, किंवा तथाकथित मंगलकार्यांचं घेता येईल. हे सारं अतिरेकी प्रमाणात वाढलेलं होतं, नि ही वाढ थांबणं, घट होणं, हे अत्यावश्यक झालेलं होतं. आमच्या 'अ-मंगल कार्य'सारख्या पुस्तकांनी, किंवा ग.सं. वाचून हे होण्यात नव्हतं : त्यातून फक्त आम्हीच 'विचित्र', 'माणूसघाणे', 'अतिरेकी' असे ठरणार होतो. पण, आपण स्वत:शीच जरा शांतपणे विचार करून पाहा : मोठ्या, भव्य समारंभांमधून; लग्न-मुंजी-साखरपुडे-बारशी अशा कार्यांच्या भव्यतेतून नेमकं काय साधलं जात होतं? निवांत भेटी-गप्पा तिथे होऊ शकत होत्या का? सारा नुसताच भपका, दाखवेगिरी, पैशांची उधळपट्टी आणि अजीर्ण झालेल्यांनाच आणखी आग्रह. हे कमी झालं, हे चांगलंच नाही का? हजारांची संख्या पन्नासावर आल्यानं किती संसाधनं वाचली! किती ऊर्जा वाचल्या! किती प्रदूषण टळलं! किती कचरा

कमी झाला! म्हणजे बिघडलं काहीच नाही : उलट चांगलंच काही तरी घडलं. हजारों जण जेवले नाहीत म्हणून ज्यांना वाईट वाटतंय, त्यांना अनाथ-अपंग-अंधांसाठी काम करणाऱ्या संस्थांना तेवढी रक्कम देणगी म्हणून देऊन, आणखी काही तरी चांगलं घडवल्याचं श्रेय मिळवता येईल.

तिसरं उदाहरण 'अंत्यदर्शन', 'अंत्यसंस्कार' ह्यांचं देता येईल. एरवी लोक अक्षरशः बेभान होऊन अशा वेळेस उपस्थिती लावतात. जणू आपण त्या वेळेस तिथे नसलो, तर मृतात्म्यास शांती-मुक्ती मिळणारच नाही! पण, कोरोनानं जे गेले, त्यांचे अंत्यसंस्कार तर सोडाच; पण, अगदी निकटतम नातेवाइकांना—बायको, नवरा, आईवडील, मुलं, इ.—अंत्यदर्शनसुद्धा घेण्याची बंदी होती. अंत्यसंस्कार परस्परच केले जाऊन दुसऱ्या दिवशी रक्षा मिळायची. विविध निर्बंध आणि संसर्गाची भीती ह्यांमुळे त्या घरातल्यांना भेटायलाही कुणाला जाता यायचं नाही–कुणी जायचं नाही. पण, ह्यानं काही बिघडलं का? हे न केल्यानं काहीच बिघडत नाही : केल्यानं मात्र खूप काही बिघडतं.

ह्याच्याशीच निगडित असा दुसरा एक विषय म्हणजे कोरोनानं मरणाऱ्यांचा. गैरसमज होण्याचा, किंवा रोष ओढवून घेण्याचा धोका पत्करूनही मी तो मांडू इच्छितो. प्रारंभीच्या काळात इटलीत जेव्हा कोरोनाचा मोठ्या प्रमाणावर प्रसार झाला,

---

आनंदवनभूवनीं

जी विकासप्रक्रिया आणि जीवनशैली ह्यांचं स्वप्न मी पाहत होतो, ती आंशिक प्रमाणात, आणि अल्पकाळासाठी तरी, कोरोनाकाळात वास्तवात आली ह्याचा आनंद, समर्थ रामदासांची संकल्पना उसनी घेऊन, ऑगस्ट-सप्टेंबर २०२०च्या जोड-अंकात मी असा शब्दबद्ध केलेला आहे.

मनीं जे वांछिले नित्य। ते ते तैसेचि होतसे। कोरोनाच्या प्रतापाने। आनंदवनभूवनीं।।
कामासाठी मजेसाठी। उगाच फिरती जन। घरीच बैसले सारे। आनंदवनभूवनीं।।
स्थानके थांबे धक्के। बँका कार्यालये तशी। संपली सगळी गर्दी। आनंदवनभूवनीं।।
सामोसे इडल्या दोसे। पिझ्झे बर्गर सँड्विचे। साऱ्याच टपऱ्या बंद। आनंदवनभूवनीं।।
पाणीपुरी वडापाव। भेळ चाट नि कुर्कुरे। चौपाट्या पडल्या ओस। आनंदवनभूवनीं।।
बर्फगोळे दूधगोळे। शीतपेये नि पेपशा। थांबली तयांची विक्री। आनंदवनभूवनीं।।
हॉटेले जाहली बंद। नाही पर्याय राहिला। घरीच जेवती सर्व। आनंदवनभूवनीं।।
शिक्षणा नव्हता अर्थ। परीक्षाहि निरर्थक। थांबले; जाहल्या रद्द। आनंदवनभूवनीं।।
बंद शाळा बालवाड्या। बंद ती पाळणाघरे। मुलांना भेटते माय। आनंदवनभूवनीं।।

तेव्हा व्हेंटिलेटरांचा तुटवडा जाणवू लागला. त्या वेळेस त्यांनी कोरोनाग्रस्तांचे ३ गट केले, आणि ७० ते ९० ह्या (लाल) वयोगटातल्यांचे व्हेंटिलेटर चक्क काढून घेऊन, २० ते ४० ह्या (हिरव्या) वयोगटातल्यांना जगवण्याला प्राधान्य दिलं. म्हणजेच, जे वृद्ध एरवी वैद्यकीय सुविधांच्या आधारे नुसतीच आयुष्याची लांबी वाढवत जगत होते, त्यांना मरू दिलं गेलं! ह्यातून खरोखरच काय बिघडलं?—काहीही नाही! कोरोनानं आपल्याला अशा प्रकारे आयुष्याची फक्त लांबी—गुणवत्ता नव्हे—वाढवण्याचा पुनर्विचार करायला प्रवृत्त केलं आहे.

कोरोनानं आपल्या जीवनाची गती कमी केली; जीवनाचं क्षेत्र छोटं केलं. ह्यानंही बिघडलं काहीच नाही : उलट, ते चांगलंच झालं.

माझं म्हणणं असं की, आपण ह्या दृष्टीनं काही विचार सामान्य जीवनात करणार की नाही? बाह्य परिस्थितीमुळे आपण जर जीवनशैलीच्या विविध आयामांबाबत असे वागू शकत असू; तर, तशाच वर्तनाची एरवीही गरज असताना, स्वेच्छेनं तसे का वागत नाही : अनावश्यक प्रवास, खरेदी का टाळत नाही? समारंभ छोटे का करत नाही? 'अंत्यदर्शना'ची निरर्थकता का समजून घेत नाही? जीवनाची गती, क्षेत्र छोटं का करत नाही? असं म्हणतात की, जो बाहेरून नियंत्रित करावा लागतो, तो पशू : जो स्वत:ला आतून नियंत्रित करतो, तो मानव. मग, आपल्याला असं कोरोनानं

पथगाड्या रूळगाड्या। दुचाक्या चारचाकड्या। फिरती थांबली चाके। आनंदवन०।।
गाठीला पैका म्हणुनी। देशोदेशींच हिंडती। उड्डाणे थांबली सर्व। आनंदवनभूवनीं।।
साप्ताहिके वृत्तपत्रे। पाक्षिके मासिके तशी। सारीच पडली बंद। आनंदवनभूवनीं।।
वीज पेट्रोल डीझेल। वाचला किति कागद। घटला उपसा तोड। आनंदवनभूवनीं।।
धूर धूळ नि आवाज। घटले सर्व प्रदूषण। कचराही कमी झाला। आनंदवनभूवनीं।।
बुवा देव महाराज । सर्व विक्रीस काढले। बैसला तयांचा धंदा। आनंदवनभूवनीं।।
सणोत्सव-समारंभ। बंदी त्यांवर पातली। घटला धूर पैशांचा। आनंदवनभूवनीं।।
ढोल ताशे तसे कर्णे। सारा उच्छाद थांबला। शांतता लाभली लोकां। आनंदवनभूवनीं।।
लग्ने बारशी मुंजी। मर्तिके आणि पारट्या। जाहल्या बंद वा छोट्या। आनंदवन०।।
उद्योग पडले बंद। वाचली खनिजे वने। तोषली तोषली सृष्टी। आनंदवनभूवनीं।।
विकास होतसे ठप्प। शेरबाजार कोसळे। घटला अर्थवेव्हार। आनंदवनभूवनीं।।
असोनि पैका गाठीला। खर्चण्या वाव तो नुरे। थांबल्या चंगळी साऱ्या। आनंदवनभूवनीं।।
गरजा अगदी थोड्या। बाकी सारीच चंगळ। साक्षात्कार घडे सर्वां। आनंदवनभूवनीं।।
भले असोत सक्तीने। घटले भोग मानवी। सृष्टीची धारणा झाली। आनंदवनभूवनीं।।
घडावे हेच स्वेच्छेने। कामना सज्जनांमनीं। बोध घ्यावा कोरोनाचा। आनंदवनभूवनीं।।

बाहेरून का नियंत्रित करावं लागतं?

बरं, असंही नाही की, हे सगळे लोक अज्ञ-मागास आहेत; त्यांना अशा वागण्याचे तोटे ठाऊकच नाहीत. इतका मागासलेपणा आज मुळातच राहिलेला नाही. संपत चाललेली संसाधनं, वाढत चाललेलं सर्व प्रकारचं प्रदूषण-कचरा, त्यातूनच वाढत चाललेल्या शारीरिक आणि मानसिक व्याधी, निसर्गाची होत असलेली सर्व प्रकारची हानी, रूढ होत असलेल्या घातक सामाजिक परंपरा... शाळेपासून गूगलपर्यंत सर्वत्र ह्याची माहिती मिळते. मग, तरीही, ते असं का वागतात?

अन् आज ज्यांना झकत ही बंधनं पाळावी लागत आहेत, त्यांची तर आणखीनच कमाल आहे : कोरोनाचं संकट संपून परिस्थिती सामान्य होण्याची ते जणू वाटच पाहत आहेत : उट्टं भरून काढण्यासाठी! साखरपुडा साधा करावा लागला का : आता बंधनं उठल्यावर लग्न धूमधडाक्यात साजरं करू. लग्न साधं करावं लागलं का; पन्नासच जणांना बोलावता आलं का : आता लग्नाचा वर्ष-वाढदिवस पाचशे-हजार जणांना बोलवून साजरा करू! राहून गेलेली सारी हौसमौज तेव्हा भागवून घेऊ! राहिलेली देणीघेणी तेव्हा फेडू! अमेरिकेत लोकांनी म्हणे टाळेबंदी उठल्यावर 'revenge purchase' केला, तसाच हा प्रकार. 'बुभुक्षितः किं न करोति पापम्' असं एक वचन आहे. हे सगळे जण हे निसर्गहानीचं पाप करणारे असे बुभुक्षित आहेत.

आपण एक लक्षात घेऊ या की, ऊर्जा आणि तंत्रज्ञान ह्यांच्या आधारे आपला हा जो ऊतमात चालू आहे, तोच निसर्गाला उद्ध्वस्त करतो आहे; नि त्याच्या परिणाम म्हणून निसर्गातली अंतर्गत प्रतिसादाची यंत्रणा—cybernetic feedback system—ही तो ऊतमात आटोक्यात आणण्याच्या विविध उपाययोजना करते आहे. विषाणू, वादळं, अवर्षण-अवकाळी... हे सारे त्यांचाच एक भाग आहेत. ही निसर्गाची 'क्रूरता' नाही : आपल्या क्रियेवरची आपणच ओढवून घेतलेली ती 'प्रतिक्रिया' आहे.

नीट—सम्यक्—विचार करून आपली क्रिया बदलण्याची क्षमता माणसात आहे. आपण पशूसारखे आहार-निद्रा-भय-मैथुनाच्या नैसर्गिक मर्यादांत राहणार नसलो; माणूस म्हणून त्याहून आपल्याला खूप काही अधिक हवं असेल; तर मग, माणूस म्हणून ही बंधनंही आपल्याला स्वतःवर स्वेच्छेनं घालून घ्यावी लागतील. त्या बंधनांमुळे काहीही बिघडत नाही—उलट, अत्यावश्यक असणारं सर्व क्रिया-कलापांचं लघ्वीकरण (downsizing) साध्य होतं—हे लक्षात आल्यावर तरी का असेना, आता आपण स्वेच्छेनं ते करायला नको का?

अंतर्मुख होऊन विचार करण्याची ही एक चांगली संधीच आपल्याला कोरोनानं दिली आहे, असं म्हणावं लागेल. कोरोनानं लादलेलं 'न्यू नॉर्मल' हे स्वेच्छेनं घडवण्यातच आपलं 'माणूसपण' आहे!

८२

कांदा, निसर्ग आणि जिव्हालौल्य

वाढलेले कांद्याचे भाव; तसंच त्यांची घटलेली उपलब्धता ह्या 'संकटा'चं रूपांतर आपण संयमित उपभोगाच्या जीवनशैलीच्या 'संधी'त करावं, असं सुचवणारं जानेवारी २०२०च्या अंकाचं हे संपादकीय.

यंदा कांद्याचे भाव १५०रुपये किग्रॅपर्यंत वाढलेले आहेत, अन् तरीही जनता शांत आहे. ७० वर्षांत झाला नाही एवढा विकास गेल्या ५ वर्षांत झाल्यानं, जनतेचा आर्थिक स्तर बहुधा इतका उंचावला आहे की, १५० रुपये हा भाव तिला 'किरकोळ' वाटत असावा.

जनतेची तक्रार भावाविषयीची नाहीच : ती आहे कांदा उपलब्धच नसल्या-बाबतची; अन् जो उपलब्ध आहे, त्याचा दर्जा चांगला नसल्याबाबतची. सरकारनं जगभरातून कांदा आयात केला, नि ६०-७० रुपयांना उपलब्ध करून दिला. पण, हा कांदा 'स्वस्त' असूनही, 'दर्जा चांगला नाही' ह्या सबबीखाली जनतेनं नाकारला. भारतीय जनता आता अशा प्रकारे गुणवत्तेविषयी आग्रही राहू लागल्याचं हे द्योतक आहे.

असो. आपल्याला विचार करायचाय तो कांद्याच्या बारमाही, मुबलक उपलब्धतेबाबत. तसं पाहायला गेलं, तर ही बाब अगदी अलीकडची आहे. ४-५ दशकांपूर्वी पावसाळ्यात आणि हिवाळ्यात कांद्याला फारशी मागणी नसायचीच. रब्बीच्या हंगामात कांदा पेरला जायचा; डिसेंबर-जानेवारीत कांद्याची पात ही 'भाजी' ह्या स्वरूपात बाजारात मिळायला लागायची; नि मार्चनंतर तयार कांदा बाजारात येऊ लागायचा. एप्रिल-मे हे कांद्याचा वापर अधिकतम होणारे महिने. जूनमध्ये पाऊस सुरू झाला की, त्याचा वापर कमी व्हायचा; आषाढातली 'कांदे नवमी' झाली की, तो प्राय: पूर्णत: थांबायचा.

हा जो कांदा-वापराचा आकृतिबंध आहे, तो त्याच्या नैसर्गिक उत्पादनाशी सुसंगत आहे. कोणतंही उत्पादन हे त्याच्या गरजेच्या वेळी उपलब्ध करून देण्याची योजना निसर्गात आहे. हिवाळ्यात पौष्टिक अशा भाज्या मिळतात; नि उन्हाळ्यात रसयुक्त फळं. कांदा हा देखील त्याच्या शीत गुणांमुळे उन्हाळ्यात(च) उपयोगी

असतो. त्यामुळेच, मार्चपासून तो उपलब्ध होऊ लागतो; नि पाऊस सुरू झाला की, त्याच्यातल्या भरपूर पाण्यामुळे तो लगेच सडतो आणि अखाद्य बनतो. तो वातूळ असल्यानं पावसाळ्यात अपायकारकही ठरतो, म्हणून तो सडवून संपवण्याची निसर्गाची ही योजना.

तथापि, 'निसर्गानं प्रत्येक बाबतीत चुकाच चुका केल्या आहेत, आणि माणसाला त्या सुधारायच्यात' अशा भूमिकेत आपण सध्या असल्यानं 'कांदा बाराही महिने भरपूर प्रमाणात उपलब्ध होत नाही म्हणजे काय' अशा इरेला पेटलेले आहोत. म्हणून मग त्यासाठी आपण प्रचंड ऊर्जा खर्च करून पावसाळ्यात कांदा साठवतो, आणि पावसाळ्यात-हिवाळ्यातही तो बाजारात उपलब्ध करतो.

असं करूनही ऑक्टोबर ते जानेवारी ह्या काळात त्याची उपलब्धता कमीच राहते, नि भाव चढे राहतात. नवा कांदा बाजारात येऊ लागला की, ते आपोआप कमी होऊ लागतात.

कांदा उत्पादनाचा आणि त्याच्या भावाचा हा आकृतिबंध लक्षात आला की, 'निसर्गस्नेही जीवनशैली'चं एक रहस्य आपल्यापुढे खुलं होतं : निसर्ग कांदा देतो, तेव्हाच तो खायचा; एरवी तो वर्ज्य करायचा!

'कांदा हा सर्वसामान्यांच्या रोजच्या जेवणाचा एक अपरिहार्य भाग आहे', असं म्हणणाऱ्यांचं काय; किंवा, 'आम्हाला बाराही महिने कांदा लागतोच; त्याशिवाय भाज्या, पोहे असे पदार्थ होऊच शकत नाहीत' असं म्हणणाऱ्यांचं काय : ते निव्वळ जिव्हालौल्य असतं. आजच्या घडीला किती तरी लोक जन्मभरात कांदा-लसूण न खाल्लेले असे आहेत. आमच्या दापोलीच्या आबा फाटकांचा ह्या बाबतीतला कट्टरपणा ह्या परिसरात प्रसिद्ध आहे. त्या परिवारातील कैक पिढ्यांनी आयुष्यभरात कधी कांदा-लसूण खाल्लेला नाही. एवढंच नव्हे, तर त्यांच्या मंगल कार्यालयातलं लग्नसमारंभां-मधलं जेवणही बिन कांदा-लसणाचं—अन् तरीही अत्यंत सुग्रास—असतं. (इतकंच नव्हे, तर कार्यालयाची नोंदणी करताना ते यजमानांना तंबी देतात की, तुम्ही आणलेल्या चिवड्यात वगैरे कांदा-लसूण असेल, तर, तुम्हाला कार्यालय धुवून द्यावं लागेल! अन् ही तंबी त्यांनी अनेकदा खरीही करून दाखवलेली आहे.) हा पराकोटीचा आग्रह बाजूला ठेवला, तरी जन्मभरात कांदा-लसूण न खाल्लेले अनेक जण आहेत. एखादा माणूस 'माळकरी' झाला की, तो मांसाहाराबरोबरच कांदा-लसूणही सोडतो : नि त्यातून त्याचा सामाजिक दर्जा उंचावतो! इंद्रिय-मनावरचा संयम वाढण्यामुळे सामाजिक दर्जा उंचावणं ही खास भारतीय परंपरा आहे. असा संयम वाढवण्यासाठी प्रयत्न करणं ह्यालाच आपल्याकडे 'साधना' म्हटलेलं आहे; नि कांदा-लसूण (आणि विड्याचं पानही) कामोत्तेजक असल्यानं साधकांना ते पदार्थ वर्ज्य आहेत. 'उपवासा'चा दिवस म्हणजे अशा साधनेचा दिवस; म्हणून त्या दिवशीही कांदा-लसूण खायचा

नाही.

चतुर्मासात, किंवा विशिष्ट दिवशी कांदा-लसूण न खाणं असो; देवाला नैवेद्य दाखवल्याशिवाय न जेवणं असो; पंगतीतल्या सर्वांना सर्व पदार्थ वाढून झाल्यानंतर 'वदनि कवळ...' म्हणून मगच जेवायला प्रारंभ करणं असो : हे सारे इंद्रिय-मनाच्या संयमनाचे उपाय आहेत. अशा उपायांतूनच हळूहळू माणसाची माणूस म्हणून उन्नती होत राहते, नि तो क्रमशः 'नराचा नारायण' बनतो.

अनायासे वाढलेले कांद्याचे भाव; तसंच त्यांची घटलेली उपलब्धता ह्या 'संकटा'चं रूपांतर आपण असं आत्मोन्नतीच्या 'संधी'त केलं; तर, त्यातून जिव्हालौल्य कमी होण्यास तर साहाय्य होईलच; पण, एकूणातच उपभोगवाद-चंगळवाद ह्यांच्या विळख्यातूनही आपली सुटका होण्यास प्रारंभ होईल. शिवाय, जीवनशैली निसर्गस्नेही बनवण्याकडचं ते एक पाऊल ठरेल.

त्यासाठी हवा असतो मनाचा थोडासा निर्धार : 'नाही' म्हणण्याचा.

आयुर्वेदाची 'बाजारपेठ'

आयुर्वेदाचा 'बाजार' बनवण्यावर टीका करणारं, डिसेंबर २०१८च्या अंकातलं हे स्फुट.

'आयुष'-राज्यमंत्री श्रीपाद नाईक ह्यांच्या वाट्याला जाण्याची वेळ कधी आली नव्हती. पण, नोव्हेंबराच्या प्रारंभी मुंबईत एका कार्यक्रमात बोलताना त्यांनी 'आयुर्वेदाची बाजारपेठ वाढायला हवी–जागतिक व्हायला हवी' असं भाषण केल्यामुळे ती आली. त्यांचा आयुर्वेदाकडे बघण्याचा दृष्टिकोण काय आहे, हे ह्या भाषणातून कळलं. सध्या धंदेवाईक वैद्यांनी 'पंचकर्मा'सारख्या प्रकारांतून, आणि रामदेवबाबांसारख्या संन्यासी-व्यापाऱ्यांनी उद्योगपती बनून आयुर्वेदाचा 'बाजार' केलेला आहेच. मुळात रोग होऊच नयेत ह्यासाठी योग्य जीवनशैली आचरा असं सांगण्याची कुणाची तयारीच नाही– हिंमतही नाही. मग, 'ॲलोपॅथीच्या औषधांपेक्षा आयुर्वेदाची बरी' असं वाटून लोक आयुर्वेदाकडे वळत आहेत, ही बाब 'वैद्य-व्यापारी' आणि 'संन्यासी-व्यापारी' ह्यांच्या पथ्यावर पडणारीच आहे. सरकारला तर काय, वाटेल त्या मार्गानं GDP वाढवायचाच आहे. त्यामुळेच, श्रीपाद नाईक जे बोलले, ते आयुर्वेदाच्या प्रेमातून नव्हे; तर, सरकारातील मंत्री म्हणून. ह्या 'धंद्यात' खरा आयुर्वेद, योग्य जीवनशैली बाजूलाच पडतेय, ह्याची खंत किती जणांना असेल?

८३

...घर पारखे सुखाला!

मुंबईतल्या नोकरदारांमधील वाढत्या अपत्यहीनतेला कारणीभूत असलेल्या जीवनशैलीची चिकित्सा करणारं, जून २०१५च्या अंकाचं हे संपादकीय.

२७ मेच्या 'लोकसत्ता'मधील पहिल्याच पानावरची एक बातमी वाचून मी कमालीचा अस्वस्थ झालो. बातमी होती अपत्यहीन कुटुंबांची. आता, 'अपत्यहीन कुटुंबं' ही काही फार आश्चर्याची गोष्ट नाही : दुर्दैवानं, काही जोडपी सदैवच अशी असत आली आहेत. पण, त्या बातमीतली अपत्यहीनता ही एका वेगळ्या प्रकाराची आहे. मुंबईतल्या नोकरदारांना उपनगरी गाड्यांनी रोज प्रवास करावा लागतो. जे लोक कर्जत, कसारा अशा दूरच्या भागांत राहतात, त्यांना जाता-येता मिळून ३-४ तास असा प्रवास—तोही गुदमरून टाकणारा—करावा लागतो. नोकरी आणि ही प्रवासाची दगदग ह्यांमुळे स्त्रिया आणि पुरुषांमध्ये समागमाची इच्छा आणि ताकदच राहत नाही; आणि त्यामुळे अशी अनेक जोडपी अपत्यहीन आहेत; त्यांचं प्रमाण सातत्यानं वाढत आहे; त्यामुळे कृत्रिम गर्भधारणा (IVF)-केंद्रांमधली गर्दी सातत्यानं वाढत आहे, असं त्या बातमीत म्हटलेलं आहे.

म्हणजेच, ही अपत्यहीनता ही काही शारीरिक दोष वा विकृतींमुळे नसून 'जीवनशैलीजन्य' आहे! शिकले-सवरलेले लोक अशी जीवनशैली स्वीकारतात ह्याला काय म्हणावं! 'तुम्ही मुंबईत राहा म्हणजे तुम्हाला कळेल' असं मुंबईकर मला

नोकरी आणि प्रवासाची दगदग ह्यांमुळे स्त्रिया आणि पुरुषांमध्ये समागमाची इच्छा आणि ताकदच राहत नाही; आणि त्यामुळे मुंबईतली अशी अनेक जोडपी अपत्यहीन आहेत. म्हणजेच, ही अपत्यहीनता ही शारीरिक दोष वा विकृतींमुळे नसून 'जीवनशैलीजन्य' आहे! शिकले-सवरलेले लोक अशी जीवनशैली स्वीकारतात ह्याला काय म्हणावं!

सुनावतील. 'दोघांनी पैसे कमावणं ही गरजच बनली आहे हल्लीची' असा बचावही बहुतेक जण देतील.

ह्या दोन्ही गोष्टी पटण्यासारख्या आहेतही, आणि नाहीतही. ज्यांच्यापाशी मुंबई-बाहेर राहून पैसे कमावण्याची कौशल्यं वा धाडस नाही; त्या दृष्टीनं काही धोके पत्करण्याची ज्यांची तयारी नाही, अशांना मुंबईतच राहावं लागणार, हे निश्चित. मग, राहणं परवडावं म्हणून अधिकाधिक दूरवर राहायला जावं लागतं. (किंवा, जवळ राहण्यासाठी बऱ्या-वाईट मार्गांनी तितका पैसा कमवावा लागतो.) मुंबईत 'पीअर-प्रेशर'मुळे 'साधं' राहता येत नाही. शिवाय, मनोमन उच्च राहणीमानाची इच्छा असतेच. म्हणून मग दोघांनाही नोकरी करणं भाग पडतं. एका विशिष्ट विचारपद्धती-नुसार हे सारं पटण्याजोगंच आहे. बहुतेक सर्व जण, गतानुगतिकपणे, असाच विचार करतात.

पण, ह्याची अन्यान्य प्रकारांनी जी किंमत मोजावी लागते, ती खर्चाची बाजू मुंबईकर कधी—स्वत:शी तरी—मांडतात का? सततची धावपळ, दगदग, प्रवास, गर्दी, घड्याळाशी बांधिलकी, आवाज, कचरा, घाण वास ह्यानं आपल्या शरीर-मनाचं काय होतं, हे ते आत डोकावून कधी बघतात का? ज्या सुखासाठी ही सारी धावपळ-दगदग, तेच जर हिरावून घेतलं जात असेल, तर मग ती करण्याला काय अर्थ राहतो?

'आकार जीवनाला' ह्या आमच्या पुस्तिकेत (संतुलन प्रकाशन) जे सूत्र-गीत आहे, त्यातल्या एका कडव्यात मी म्हटलंय : 'घाण्यास दोन बैल। पैसा अमाप वस्तू। परि शांति वा न तुष्टी। घर पारखे सुखाला।।'

घाण्याला दोन बैल जुंपलेली मुंबईतली घरं अनेक सुखांना आधीपासून पारखी आहेतच : आता 'अपत्यहीनता' ही त्या दु:खांत आणखी एक भर! मूलत: ज्या सुखासाठी स्त्री आणि पुरुष विवाहबद्ध होतात, त्या शारीरिक संबंधांसाठीही जर उमेद उरत नसेल, तर, मला वाटतं, ती जीवनशैली निश्चितच पुनर्विचार करावा अशी आहे. पैशांमुळे 'पुष्टी' असेलही (?); पण 'शांती' आणि 'तुष्टी' नसेल, तर काय अर्थ आहे त्या 'अर्था'त? पुष्टी, आणि तीसाठी लागणारा पैसा नको, असं कुणीच म्हणणार नाही. पण, शांती, तुष्टी, समाधान ह्यांचा बळी देऊन तो मिळवायचा का? ज्या जीवनशैलीत तसं—नाइलाजानं का असेना—करावं लागतं, तीविषयी आपण पुनर्विचार करणार की नाही?

तो करणं फार अवघड आहे. त्यापेक्षा 'IVF-केंद्रांची वाढती संख्या म्हणजे विकास' असं म्हणायला काय हरकत आहे? विज्ञान आणि तंत्रज्ञान हे मानवाला 'सुखी' करण्यासाठीच तर नाहीयेत का?

८४

कशा-कशावर लिहू?

ज्यांना समाजाचं-निसर्गाचं भानच नाही त्यांना सांगायचं तरी काय, अशा उद्वेगातून लिहिलं गेलेलं, फेब्रुअरी २०१८च्या अंकाचं हे संपादकीय.

काही महिन्यांपूर्वी अचानकपणे डोंबिवलीच्या सुरेंद्र देसाईचा दूरभाष आला. त्या दिवशीच्या एका वृत्तपत्रात प्रसिद्ध झालेल्या एका बातमीकडे त्याला माझं लक्ष वेधायचं होतं. ते वृत्तपत्र मिळवून ती बातमी वाचली. बातमी होती : पिण्याच्या पाण्याची १ बाटली ६५ लाख रुपयांना. 'तुम्ही ह्यावर काही तरी लिहा' असं सुरेंद्रचं म्हणणं होतं.

बातमीचं शीर्षक अविश्वसनीय वाटत होतं. १ लिटर पाण्याची किंमत समजा २०-२५ रुपये असते. अगदी विशेष कुठलं तरी—उदा. उत्तर ध्रुवावरच्या वितळलेल्या बर्फाचं पाणी असेल—तर ती १०० रुपये होईल. '६५ लाख रुपये' ह्याला काय अर्थ आहे? बातमी वाचल्यावर असं लक्षात आलं की, ती किंमत 'पाण्याची' नसून 'बाटली'ची आहे : हिरे जडवलेली सोन्याची बाटली! पाणी नेहमीचंच.

'एवढं महागडं पाणी कोणी विकत घेईल का' असा प्रश्न स्वाभाविकच कुणाच्याही मनात येईल. पण, ज्या अर्थी एखादा उद्योग अशा तऱ्हेनं पाण्याची विक्री करायला निघालेला आहे, त्या अर्थी त्याला 'मार्केट' निश्चितच असणार. काही जणांकडे तरी तेवढा पैसा आहे.

'ह्या चंगळवादाला काही अर्थ, सीमा आहे का' असा सुरेंद्रचा प्रश्न होता. त्याची होणारी उलघाल मला समजू शकत होती. पण, बराच विचार केल्यावर मला असं वाटलं की, मी ह्या विषयावर काय लिहिणार? जीवनाच्या प्रत्येकच क्षेत्रात असा चंगळवाद, पैशांची उधळपट्टी चालू आहे. प्रमाण कमी असेल वा अधिक; पण, एखाद्या वस्तूसाठी तिच्या सर्वसाधारण किमतीपेक्षा किती तरी अधिक पैसे लोक मोजतात. कुणी २५-५० रुपये जास्त मोजतो; कुणी शे-पाचशे; तर, कुणी ६४,९९,९८० रुपये एवढाच काय तो फरक. शेवटचा आकडा अप्रमाण मोठा असला, तरी त्याची परी तीच आहे.

आम्ही चांगला पदार्थ जेवढ्या स्वस्तात मिळेल तेवढा घेतो. कधी मुंबईला गेलो

आणि बाहेर जेवण्याची वेळ आली, तर शक्यतो माटुंग्याला रामा नायककडे जेवायला जातो. तिथे ७० रुपयांत अत्यंत छान, चविष्ट, शुद्ध भोजन मिळतं. इतरत्र समजा १०० रुपयांत जेवण मिळेल. पण, लोक एका जेवणासाठी ५००-१००० रुपये देखील मोजतात! लग्नाच्या पंगतींत वयस्कर लोक थोडा भात, एखादी पुरी, थोडंसं पक्वान्न एवढंच जेवून—चाखून—उठतात. पण, त्या पानासाठी यजमान १०००रु. मोजायला तयार असतात!

तरीही, जेवणाला ५००रु. हे स्वस्त वाटावेत असा प्रकार चहा-कॉफीच्या बाबत आहे. CCDमधली एक कॉफी ४०० रुपयांना असते (म्हणे)! चीनमध्ये चहाचा जगातला सर्वोत्तम नमुना एका कपाला १०,००० डॉलर ह्या दरानं मिळतो!

आमचा दापोलीचा तरुण मित्र अथर्व सोमण हा व्यावसायिक फोटोग्राफी करतो. त्याचे महाविद्यालयातले मित्र-मैत्रिणी त्याच्याकडून स्मार्ट फोनवर DP म्हणून टाकण्यासाठी आपले वेगवेगळ्या कोनांतून फोटो काढून घेतात. खर्च : ५०० रुपये! (पैसा अर्थातच बापाचा.)

प्रवासासाठी स्वत:चं वाहन असणं ही आता अनेकांची 'गरज'च आहे. दुचाकी हे आता पोरासोरांचं आणि गरिबांचं वाहन आहे. जरा परिस्थिती बरी झाली की, लोक कर्ज काढून प्रथम चारचाकी घेतात. मग, आर्थिक स्थितीनुसार चारचाकीची किंमत वाढत-वाढत जाते : ५ लाखांपासून ७०-८० लाखांपर्यंत!

लांबचा प्रवास 'शयनयाना'तून करण्याची कल्पनाही आता अनेक धनिकांना सहन होत नाही : किमान ३ टिअर एसी हवाच. २ टिअर एसी, किंवा प्रथम वर्ग वातानुकूलित ही अधिक पैसेवाल्यांची चंगळ. अन् आता तर 'रूळगाडीचा प्रवास' हाच 'मागास' मानला जातो : 'फ्लाईट'! त्यासाठी अधिक पैसे मोजायला लोक हसत तयार असतात. आम्ही भूतानला रूळगाडीनं गेलो. १३ दिवसांच्या प्रवासाचा सर्व मिळून खर्च आला माणशी १५००० रुपये. पण, ह्याच उद्देशासाठी लोक माणशी ५०००० ते ७०००० रुपये खर्च करायला तयार असतात : कारण, त्यांना प्रवास विमानानं हवा असतो! वेळ वाचणं महत्त्वाचं : निसर्गाचा बळी गेला तरी चालेल.

कोणत्याही कुटुंबाला 'माणशी १ खोली' ह्या हिशेबाचं घर पुरेसं असतं. पण, पैसेवाल्यांची घरं माणशी २-४ खोल्या ह्या आकाराचीही असतात. (अंबानींचं घर अपवाद म्हणून सोडून देऊ.) अनेकांचे एका किंवा अनेक गावांत फ्लॅट किंवा बंगले असतात. पुण्यातल्या अनेकांनी दापोलीत २५-५० लाखांचे बंगले बांधून ठेवले आहेत.

घरं ही एक चैन; तर, त्यांची अंतर्गत सजावट ही दुसरी. केवळ नव्या 'इंटीरिअर'वर लोक असेच २५-५० लाख रुपये दर १०-२० वर्षांनी खर्च करतात.

असाच अफाट खर्च लोक समारंभांवर करतात : मुंज, साखरपुडा, बारसं ह्यांवर

काही लाख; तर लग्नावर काही कोटी सुद्धा.

—किती उदाहरणं द्यावीत अशी! अन् सगळीकडे हेच चाललेलं दिसत असताना कुणाकुणाच्या चंगळवादाविषयी लिहावं! इकडे ५०% जनता दारिद्र्यरेषेखाली 'जगतीये'(?); नि दुसरीकडे १५-२०%चा 'क्रीमी लेअर' अशा चंगळवादात मग्न आहे. ITमधल्या लोकांना; उद्योगांत-सरकारांत उच्च पदांवर काम करणाऱ्यांना; इतकंच कशाला, अगदी प्राध्यापक-शिक्षकांनाही इतका पैसा मिळतो की, डोळे पांढरे व्हावेत! अन् मग पैसा आहे म्हणून तो असा खर्च करायचा.

म्हणूनच, '६५ लाखांना १ लिटर पाणी' घेणाऱ्यांविषयी मला काहीच लिहावंसं वाटत नाही. चांगलं जगण्यासाठी काही एक खर्च येतो : त्याहून अधिक खर्च करणारे सगळे सारखेच. कुणी हजारांत जास्त खर्च करतं; कुणी लाखांत; तर कुणी कोटींत. सर्वांची कोटी एकच : गरजेपेक्षा आणि लायकीपेक्षा अधिक पैसे मिळणाऱ्यांची; पैसे आहेत म्हणून ते वाटेल तसे उडवणाऱ्यांची; आणि ह्या दोन्ही वेळीं निसर्गाची मुर्दाडपणे हानी करणाऱ्यांची! ज्यांना समाजाचं-निसर्गाचं भानच नाही, त्यांना सांगायचं तरी काय, नि सांगून उपयोग तरी काय! अन् त्यांच्या चंगळवादावर टीका केली, तरी त्यांना त्याचं काय!

त्यापेक्षा, ज्याला ऐकायचंय त्यालाच सांगावं, हेच योग्य. पटलं तर त्यांनी वागणूक बदलावी : न पेक्षा सर्वांची विनाशाकडे वेगानं वाटचाल चालू आहेच!

८५

कायदे : माणसाचे आणि निसर्गाचे

मानवनिर्मित कायदे आणि निसर्गाचे कायदे ह्यांच्यामधला फरक दाखवून देणारं, नोव्हेंबर २०१९च्या विशेषांकाचं हे संपादकीय.

यंदा जुलैअखेर महाराष्ट्रात प्रचंड महापूर आले. त्या विषयावर; असं होण्याच्या कारणांवर, सर्वत्र भरपूर चर्चा झाली. ह्यावेळी ह्या चर्चेत, सुदैवानं, खूप आत्मपरीक्षण झालं. अफाट वाढलेली-वाढणारी लोकसंख्या; जमिनी गिळत पसरणाऱ्या वस्त्या,

अतिरेकी पाऊस; त्या पाण्याचं नियंत्रण-नियोजन न करता येणारं तंत्रज्ञान... असे बरेच मूलभूत मुद्दे चर्चेत आले. ह्या सर्व कारणांना गेल्या सात दशकांतली सर्वच सरकारं जबाबदार असल्यानंच बहुधा राजकीय पक्षांची परस्परांवरची चिखलफेक न्यूनतम राहिली.

ही, आणि अन्यही अनेक छोटी छोटी कारणं ह्या जलप्रलयामागे आहेतच. पण, त्या सर्वांचं मूळ कारण आहे, ते 'कायदे न पाळण्याच्या' आपल्याच मनोवृत्तीत. सामाजिक जीवन सुचारूपणे चालावं; सर्वांनाच सुखानं जगता यावं, म्हणून आपण एकत्र येऊन काही नियम बनवतो. त्यांना वैधानिक स्वरूप देऊन त्यांचं 'कायद्या'त रूपांतर करतो. तथापि, लोकांना हे कायदे मोडण्याची प्रचंड सवय लागून राहिलेली आहे. भारतात तिचं प्रमाण भयावह आहे. वाहतुकीचे, आर्थिक व्यवहाराचे, इ. कोणतेच कायदे आपण पाळत नाही. एका प्रकारची गुर्मी, औद्धत्य, स्वत:ला कायद्यापेक्षा श्रेष्ठ मानण्याची मनोवृत्ती, भ्रष्टाचारी प्रवृत्ती ह्यांतून हे घडतं.

हे जसे माणसांनी तयार केलेले कायदे असतात, तसेच निसर्गाचेही काही कायदे आहेत. ते लिखित स्वरूपात नसल्यानं; किंवा, त्यांना 'वैधानिक मान्यता' वगैरे नसल्यानं, ते कायदे अस्तित्वात असल्याचं आपल्याला जाणवत नाही. तथापि, रूढ अर्थानं ते 'कायदे' नसले, तरी 'नियम' ह्या स्वरूपात ते अस्तित्वात असतातच असतात. किंबहुना, त्यांना असलेली मान्यता ही मानवनिर्मित कायद्यांपेक्षा फार फार वरच्या पातळीवरची आहे. शिवाय, ते 'अलिखित' असले, तरी ते 'वाचण्याची' क्षमता प्रत्येक प्राण्यात आहे! ही पहिली महत्त्वाची बाब.

दुसरी महत्त्वाची बाब म्हणजे, मानवनिर्मित कायदे हे बहुमताच्या जोरावर बदलता येऊ शकतात. ब्रिटनला विरोध म्हणून अमेरिकेनं 'उजवीकडून वाहनं चालवायची' असा कायदा केला. ह्याचाच अर्थ 'डावीकडून' वा 'उजवीकडून' ह्याला तसं काही विशेष कारण नाही. निसर्गाच्या कायद्यांमागे मात्र 'तसंच का' ह्याचं निश्चित कारण असतं. ते 'बदलता' येत नाहीत.

तिसरी बाब म्हणजे, मानवी कायद्यांच्या उल्लंघनाला शिक्षा देण्याची तरतूद असली, तरी प्रत्यक्षात ती होतेच असं नाही. सिग्नल तोडणारे, रांगेत घुसणारे, रस्त्यात थुंकणारे, कर्ज न फेडणारे, भ्रष्टाचारी... अशांना अनेकदा शिक्षा होतच नाही. निसर्गाच्या कायद्यांच्या बाबतीत मात्र हे कदापि होत नाही : त्यांचं उल्लंघन केल्यास शिक्षा होतेच होते. गंमत अशी की, मानवी कायद्यांच्या रक्षणासाठी एक मोठी यंत्रणा—पोलीस, न्यायालयं, लाचलुचपत प्रतिबंधक विभाग, आयकर विभाग, सक्त-वसुली संचालनालय, इ.—कार्यरत असते; अन् तरीही ते कायदे मोडले जातात; अन् तरीही शिक्षा होत नाही. निसर्गात मात्र अशी कोणतीही नियामक यंत्रणा नसूनही शिक्षा होतेच होते! जणू एक अदृश्य 'बिग ब्रदर' सर्वत्र नजर ठेवून असतो; नि

कुणीही, केव्हाही, कुठेही कायदा मोडला की, त्याला तो शिक्षा करतो. त्यालाच कुणी 'चित्रगुप्त' म्हणतात, तर कुणी 'ईश्वर'. तो omnipresent, omniscient आणि omnipotent आहे. मात्र हा 'बिग ब्रदर' हा ऑरवेलच्या '1984'मधल्या बिग ब्रदरसारखा दुष्ट, क्रूर नसतो. तो कर्तव्यकठोर मात्र असतोच असतो. एखाद्या आईसारखा. ती मुलावर प्रेमच करते; त्याला 'छळायचं' म्हणून काहीही करत नाही; पण, मुलगा वावगं वागला, तर त्याला कठोरपणे शिक्षा करायला ती कचरत नाही.

हा अदृश्य नियंत्रक जणू सर्व प्राणिमात्रांना सांगत असतो : 'निसर्गातल्या सर्व प्राणिमात्रांचं जीवन सुचारूपणे चालावं ह्यासाठी हे कायदे/नियम आहेत. जोवर तुम्ही ते पाळता आहात, तोवर मी तुम्हाला काहीही करणार नाही. पण, ते मोडलेत, तर मात्र त्याची शिक्षा भोगावी लागेलच लागेल.'

अन् ह्या शिक्षेची एक गंमत आहे : ती कुणी 'करत' नाही; तर ती 'होते'. त्या शिक्षेचं 'कर्तृत्व' कुणाकडेच नसतं. रॉबर्ट इंगरसोल म्हणतो : 'In nature, there are neither rewards, nor punishments : there are consequences.' निसर्ग—किंवा, तो बिग ब्रदर—दयाळूही नाही आणि क्रूरही नाही. ती एक सुव्यस्थित, सुनियोजित अशी रचना आहे. सत्ताधीश ज्याप्रमाणे 'विरोधकांवर आकस नाही' हे सांगताना 'Law will take its own course' असं म्हणतात; तसाच निसर्गही कुणाला आकसानं शिक्षाही करत नाही, वा वशिल्यानं पारितोषकही देत नाही. ज्याला त्याला आपल्या कृत्याचं योग्य ते फळ मिळतं : मिळतंच मिळतं!

कोणते आहेत हे कायदे/नियम? त्यांपैकी काही असे :

❑ पाचही महाभूतांचे आपापले स्वभाव आहेत, त्यांच्या विरोधात जाऊ नये.

❑ त्यांच्या शक्ती अनावर आहेत, त्या नियंत्रित करण्याचा प्रयत्न करू नये.

❑ फक्त नवीकरणक्षम संसाधनंच वापरावीत.

❑ फक्त उपलब्ध ऊर्जांचाच वापर करावा : ऊर्जांचं 'उत्पादन' करू नये.

❑ ही व्यवस्था 'चक्रीय' आहे; ती 'रेखीय' बनवण्याचा प्रयत्न कदापि करू नये.

❑ सर्व भौतिक बाबींना मर्यादा आहेत; त्यांचं उल्लंघन कदापि करू नये.

❑ एंट्रॉपी वाढवायला हरकत नाही; तथापि, वनस्पती जितकी एंट्रॉपी कमी करतात, त्याहून ही वाढ कमी हवी.*

माणूस—तुम्ही-आम्ही—हे निसर्गातीलच एक प्रजाती आहोत. बाकी सर्व प्रजाती, अपवादाशिवाय, हे निसर्गाचे कायदे काटेकोरपणे पाळत असताना आपण काय करतो?—सध्याची एकूण परिस्थिती पाहिल्यास आपण ते सर्वच्या सर्व, सदासर्वकाळ,

---

* ह्या मुद्द्याच्या अधिक स्पष्टीकरणासाठी 'एंट्रॉपीची लक्ष्मणरेषा' ही 'संतुलन प्रकाशना'ची पुस्तिका पाहा.

सर्वत्र धाब्यावरच बसवतो! कारण, प्रारंभी म्हटल्याप्रमाणे कायदा/नियम मोडणं ही आपली प्रवृत्तीच बनून गेली आहे. शिवाय, भरीस भर म्हणजे, आपली मानवकेंद्री विचारपद्धती आणि मानव-श्रेष्ठत्वाची भूमिका. आम्ही VIP, आम्हाला हे कायदे/नियम लागू नाहीत, असा गर्व आपल्याला झालेला आहे. मग, अशा वेळी, नियमभंगाचे परिणाम—consequences, 'शिक्षा' नव्हे—आपल्याला भोगावेच लागतात. कारण ते 'निसर्गाचे नियम' आहेत.

वरील काही कायद्यांच्या पार्श्वभूमीवर आपल्या आजच्या विविध कृतींची यादी केल्यास काय दिसतं?

❑ आपण खनिज कोळसा/तेल/वायू, युरेनियम अशा इंधनांच्या वापरातून ऊर्जाचं प्रचंड उत्पादन करतो.

❑ त्या प्रचंड ऊर्जाच्या आधारे प्रचंड तंत्रज्ञान वापरून 'रेखीय' उत्पादनवाढ/उपभोगवाढ करतो.

❑ अशा रेखीय वाढीला फक्त नवीकरणक्षम संसाधनं पुरेशी पडणार नसल्यानं अ-नवीकरणक्षम संसाधनांचा बेसुमार वापर करतो.

❑ हे सारं करताना प्रचंड प्रदूषण, विषीभवन करतो.

❑ ह्यातून एंट्रॉपी प्रचंड वाढवतो.

❑ पृथ्वी, आप ह्या महाभूतांच्या स्वभावाच्या विरोधी वर्तन करतो.

अशा सार्वजनिक कायदेभंगामुळेच सांगली-कोल्हापूरसारखी परिस्थिती उद्भवते, हे कुणाच्याही लक्षात येईल. 'जन्म-मृत्यू'च्या चक्राचा अनादर करून आपली लोकसंख्या वाढत आहे. ह्या नित्यवर्धिष्णू लोकसंख्येचे उपभोग सातत्यानं वाढत आहेत. मग, त्यासाठीच्या ऊर्जा-वापरातून कर्बोत्सर्ग वाढून जागतिक तापमानवाढ होत आहे. त्यातून अवृष्टी आणि अतिवृष्टी असे द्वंद्वात्मक परिणाम घडत आहेत. दुसरीकडे, जमिनींचं सपाटीकरण; डोंगर (आणि अर्थातच त्यावरची वृक्षराजीही) नाहीशी करणं; नद्या-नाले बुजवून तिथे इमारती-रस्ते बांधणं... अशा कृतींमधून earth moving

---

मानवी कायद्यांच्या उल्लंघनाला शिक्षा देण्याची तरतूद असली, तरी प्रत्यक्षात ती होतेच असं नाही. निसर्गाच्या कायद्यांच्या बाबतीत मात्र हे कदापि होत नाही : त्यांचं उल्लंघन केल्यास शिक्षा होतेच होते. जणू एक अदृश्य 'बिग ब्रदर' सर्वत्र नजर ठेवून असतो; नि कुणीही, केव्हाही, कुठेही कायदा मोडला की, त्याला तो शिक्षा करतो.

करून आपण पृथ्वीतत्त्वाची स्वाभाविक 'अ-समता' नष्ट करतो आहोत. शेती, उत्खनन, रस्ते-बांधणी, घर-बांधणी, वनसंहार ह्यांतून मातीची 'स्थिरता' धोक्यात आणत आहोत. तिसरीकडे, वरील सर्व कृती; आणि त्याशिवाय धरणं बांधणं ह्यांतून जलतत्त्वाची 'प्रवाहिता' रोखतो आहोत. धरणांत पाणी 'अडवतो' आहोत, नि त्यातून त्याची स्वाभाविक 'समता' नष्ट करत आहोत. माती हलवणं नि पाणी रोखणं ह्यांतून पृथ्वी आणि आप ह्या तत्त्वांच्या स्वभाव/गुणधर्मांच्या विरोधात वर्तन केल्यावर त्याचे परिणाम भोगावे लागणारच की! ह्या गुन्ह्यांना क्षमा नाही!

निसर्गाच्या दृष्टीनं हे फक्त 'consequences' आहेत. आपल्या दृष्टीनं त्या 'punishments' आहेत. मात्र, ती 'शिक्षा' निसर्गानं केलेली नसून, आपणच आपल्याला करून घेतलेली आहे. ह्याचा व्यत्यास असा की, आपलं वर्तन आपण बदललं—जीवनशैली आणि विकासनीती बदलली—तर हेच consequences हे 'rewards'मध्ये बदलतील! 'धारणाक्षम विकासा'चं पारितोषक आपणच आपल्याला देऊ.

आपल्याला कायदे ठाऊक आहेत : शिक्षा मिळवायची की पारितोषक, हे आपणच ठरवायचं आहे.

८६

'गो इलेक्ट्रिक' : गो टु हेल!

विजेवरची वाहनं ही एकूणात अधिक प्रदूषण कसं करतात; ती 'हिरवी' नसून 'अधिक काळी' कशी आहेत, हे विज्ञानाच्या आधारे समजावून सांगणारं, मार्च २०२१च्या अंकाचं हे संपादकीय.

---

१९ फेब्रुअरीला केंद्रीय रस्ते-वाहतूक-मंत्री नीतीन गडकरी ह्यांनी 'गो इलेक्ट्रिक' ह्या अभियानाचा प्रारंभ केला. 'विजेवरची वाहनं हेच भारताचं भवितव्य आहे' असं ते त्या वेळी म्हणाले.

असं जर असेल, तर भारताचं भवितव्य 'अधिक काळं' आहे, असंच म्हणावं

लागेल. मुळात पेट्रोल-डीझेलवरच्या वाढत्या वाहनसंख्येमुळे हे भवितव्य काळं झालेलंच आहे : आता विजेवरच्या वाहनांमुळे ते अधिक काळं बनणार! असं का होईल, ह्याचे काही वैज्ञानिक आणि व्यावहारिक तपशील थोडक्यात समजून घेऊ.

ह्यातला वैज्ञानिक भाग हा पदार्थविज्ञानातल्या उष्मागतिकीच्या दुसऱ्या नियमाशी —'एंट्रॉपीचा नियम'—संबंधित आहे. 'एंट्रॉपी' म्हणजे पदार्थ, किंवा ऊर्जा ह्यांचं विखुरण होऊन ती वाया जाणं; त्यातून तिची उपयोगिता कमी होणं. पेट्रोल इंजिनात जळाल्यावर त्यातली बरीचशी उष्णता ही धुराडं, रेडिएटर, आवाज, घर्षण, इ. अनेक मार्गांनी 'विखुरली' जाते : वाया जाते. कुठलंही इंधन जाळताना हेच होतं.

एका ऊर्जेचं दुसऱ्या ऊर्जेत रूपांतर करताना तर हे प्रमाण आणखीनच वाढतं. आपण जेव्हा पेट्रोलऐवजी विजेवर वाहनं चालवतो, तेव्हा नेमकं हेच होतं. वीज ही प्रामुख्यानं कोळसा जाळून तयार होते. त्यामुळे, आपण १० किमी जाण्यासाठी जितकं पेट्रोल जाळतो, त्याचं 'कोळसा-सममूल्य' समजा, १ किग्रॅ असेल, तर तेच वाहन आपण विजेवर (बॅटरीवर) चालवलं, तर १० किमीसाठी जी वीज लागेल, तिचं 'कोळसा सममूल्य' १.५ किग्रॅ इतकं असेल. (हे आकडे केवळ समजुतीपुरते आहेत : वास्तव नाहीत.) म्हणजेच, पेट्रोलऐवजी, तेच वाहन विजेवर चालवण्यातून पर्यायानं अधिक कोळसा जाळला जातो; अधिक प्रदूषण होतं; अधिक ऊर्जा वाया जाते. म्हणूनच 'वीज' ही 'अधिक काळी' ऊर्जा आहे.

शिवाय, बॅटऱ्या वापरायच्या, तर चार्जर-बॅटऱ्यांच्या उत्पादन-वाहतुकीसाठी लागणारी ऊर्जा, चार्जिंग करताना होणारी घट, बाद बॅटऱ्यांची विल्हेवाट लावण्यासाठी लागणारी ऊर्जा, इ.चाही विचार करावा लागतो.

'ऊर्जांचं रूपांतर' ह्या अंगानं आपण जर ह्या दोन प्रक्रियांकडे पाहिलं, तर चित्र असं दिसतं :

१. पेट्रोल (औष्णिक ऊर्जा) → गाडीची गती (गतिज ऊर्जा)

२. कोळसा (औष्णिक ऊर्जा) → जनित्र (यांत्रिक ऊर्जा) → वीज (विद्युत्

पेट्रोलऐवजी, तेच वाहन विजेवर चालवण्यातून पर्यायानं अधिक कोळसा जाळला जातो; अधिक प्रदूषण होतं; अधिक ऊर्जा वाया जाते. म्हणूनच 'वीज' ही 'अधिक काळी' ऊर्जा आहे. मग, असं असतानाही, वाहनं विजेवर (बॅटरीवर) चालवण्याचा प्रयत्न आणि आग्रह कशासाठी?—तर, 'चालवण्याच्या ठिकाणी' ती प्रदूषण-कचरा करत नाहीत म्हणून!

ऊर्जा) → बॅटरी (रासायनिक ऊर्जा) → गाडीतली मोटर (गतिज ऊर्जा).

म्हणजे, दुसऱ्या प्रकारात, ऊर्जेची ४ रूपांतरं झाली. साहजिकच, त्या प्रत्येक वेळी ऊर्जा वाया जाऊन 'एंट्रॉपी' वाढते. (शिवाय वीज-वहनातली घट वेगळीच.) ही वाढलेली एंट्रॉपी म्हणजेच वातावरणातली वाढलेली उष्णता, वाढलेले विषारी वायू; वाढलेला विषारी कचरा, इत्यादि.

मग, असं असतानाही, वाहनं विजेवर (बॅटरीवर) चालवण्याचा प्रयत्न आणि आग्रह कशासाठी?—तर, 'चालवण्याच्या ठिकाणी' ती प्रदूषण-कचरा करत नाहीत म्हणून! केवळ तेवढ्याच छोट्याशा खिडकीतून (सोयीस्करपणे) पाहिल्यावर ती 'स्वच्छ' आहेत म्हणून! अन् तशी ती 'स्वच्छ' (धूर न सोडणारी), म्हणून 'हरित' : Green Vehicles! मग त्या वीज-निर्मितीसाठी 'दुसरीकडे कुठे तरी' किती का अधिक प्रदूषण, कचरा होत असेना! एकलहरे, परळी, कोराडी, भुसावळ—किंवा, असेच, तारापूर, रावतभाटा, कल्पक्कम्—इथले लोक त्या वाढीव प्रदूषणानं मरेनात का : मला काय त्याचं! माझ्या शहरातली हवा स्वच्छ राहिली म्हणजे झालं!

पण, गंमत अशी की, पृथ्वीवरचं पर्यावरण ह्या एका बंदिस्त प्रणालीत 'somewhere else' अशी जागाच नाही! जी उष्णता, प्रदूषक वायू एका ठिकाणी उत्सर्जित होतात, ते सर्व पृथ्वीभरच्या वातावरणात पसरतात. उत्सर्जन 'स्थानिक' असलं, तरी होणारी तापमानवाढ 'जागतिक' असते. पण, आपला झापडबंदपणा—खरं म्हणजे अंधपणाच—इतका; की, 'तिकडे कुठे तरी' होणाऱ्या उष्णतेच्या उत्सर्जनाचं, प्रदूषणाचं आपल्याला काहीही वाटत नाही. माझ्या वाहनाची बॅटरी दर तीन-चार वर्षांनी मी फेकून दिल्यावर, तिच्यातल्या निकेल, कॅडमियम, लिथियम ह्या विषारी धातूंमुळे कुठलं पाणी–कुठली जमीन प्रदूषित होते, ह्याच्याशी मला काहीही देणं-घेणं नसतं : मग, ते विषारी पाणी-धान्यं-भाज्या-फळं ही अन्नसाखळीतून माझ्याच ताटात येत असेनात का!

अन् वास्तव हे असं असूनही, सरकारची धोरणं ही वाहन-खरेदीला आणि वाहन-वाढीला प्रोत्साहन देणारीच आहेत. कोरोनाकाळात वाहन-विक्री मोठ्या प्रमाणावर घटली होती. पण, कोरोना-संसर्गाचा भयगंड पद्धतशीरपणे निर्माण करून; बस-रूळगाड्या बंद ठेवून; लोकांनी खासगी वाहनांनीच प्रवास करावा अशी परिस्थिती तयार केली गेली. ह्यातून, मंदीच्या खाईत गेलेल्या वाहन-उद्योगाला टाळेबंदीनंतर एकदम ऊर्जितावस्था आली. मग, अर्थसंकल्पात जुन्या वाहनांवर बंदी आणली गेली; जेणे करून त्या लोकांनी नवी वाहनं खरेदी करावीत.

आता अशा 'गो इलेक्ट्रिक'सारख्या अभियानांतून विजेवरच्या वाहनांना प्रोत्साहन दिलं जाईल. अशा वाहनांवर अंशदान, करांत सूट; तर, दुसरीकडे खनिज तेलाच्या किमती वाढवणं, अशा प्रकारच्या प्रोत्साहन-प्रतिबंधाच्या धोरणांचा अवलंब करून

विजेवरच्या वाहनांची विक्री वाढेल, हे पाहिलं जाईल. पेट्रोल-डीझेल कितीही महाग झालं, तरी वाहनांना चटावलेले लोक त्यांचा वापर जराही कमी करू शकत नाहीत, हे सरकारला ठाऊक आहे. असे लोक हे 'स्वस्त पडतं' ह्या कारणासाठी जास्तीचं एक विजेवरचं वाहन खरेदी करतील.

पण, ह्या साऱ्यातून खनिज इंधनं संपणं आणि प्रदूषण वाढणं ह्या दोन्ही समस्या अधिकच गंभीर होत जाणार आहेत. 'गो इलेक्ट्रिक' हा दांभिक पर्यावरणवाद आहे. वीज ही प्राथमिक ऊर्जा नसून, कोणती तरी प्राथमिक ऊर्जा आधी तयार करून त्यापासून वीज ही दुय्यम ऊर्जा तयार करावी लागते; त्यामुळे मूलतःच ती अपव्ययकारक (entropic) आहे. म्हणून, 'Going electric' म्हणजे 'Going green' नव्हे; तर, 'Going more black' आहे. 'Going to hell : early' आहे! हे दिलीप कुलकर्णी नावाचा अतिरेकी नाही सांगत आहे : विज्ञान ते सांगतंय.

जर आपण हे वैज्ञानिक सत्य लक्षात घेणार असू, तर मग आपली जीवनशैली बदलणं, हे आपलं कर्तव्य ठरतं. जर खासगी वाहन हवंच असेल, तर ते 'सायकल' हेच असू शकतं. त्या वेगानं, त्या शारीरिक मर्यादेत जे करता येईल, तेवढंच काम करायचं. तूर्तास तडजोड म्हणून सार्वजनिक वाहतूक मान्य करता येईल. पेट्रोल, डीझेल वा विजेवरची खासगी वाहनं ही मात्र मुळीच वापरता येणार नाहीत.

आपली 'विज्ञाननिष्ठा' किती खरी, हे आपल्या कृतीवरूनच सिद्ध होणार आहे.

८७

तेवढं सोडून बोला!

पर्यावरणाच्या समस्यांवरचा मूळ उपाय 'माणसाचे उपभोग कमी होणं' हा आहे; तथापि, आपण तेवढं सोडून बाकी सगळं करायला तयार असतो हे सांगणारं, नोव्हेंबर २०२०च्या अंकाचं हे संपादकीय.

टॉलस्टॉयची एक कथा आहे. तीत, एक जाडजूड माणूस, एका कृश, दुबळ्या माणसाच्या खांद्यावर बसलेला असतो. तो दुबळा माणूस ते ओझं कसंबसं पेलत,

पाय ओढत, त्या माणसाला पुढे घेऊन जात असतो. तो जाड्या माणूस त्याला म्हणतो : "तुझी दुर्दशा बघून मला फार वाईट वाटतंय रे! मी तुझ्यासाठी काय करू?—तुझ्या खांद्यावरून खाली उतरण्याशिवाय मला काहीही करायला सांग : मी ते अवश्य करीन!"

गेल्या अंकात अजित बर्जेनं ॲटेनबरोंच्या 'A Life on Our Planet' ह्या ताज्या माहितीपटाचा जो परिचय करून दिला आहे, तो वाचल्यावर मला ही कथा आठवली. पर्यावरणाची दु:स्थिती सुधारण्यासाठी ॲटेनबरोंनी अनेक उपाय सांगितलेले आहेत : लोकसंख्या, ऊर्जा, जल व भूभागाचे योग्य व्यवस्थापन, मांसाहार टाळून शाकाहाराकडे वळणे... इत्यादि. त्यांची थोडक्यात माहिती दिल्यावर अजितनं एक वाक्य लिहिलंय : 'त्यांनी सुचवलेले उपाय योग्य असले, तरी त्यांची दिशा कुठे तरी चुकते आहे, असे मात्र वाटत राहते. 'उपभोग कमी करा' हा सर्वांत महत्त्वाचा मुद्दा त्यामध्ये कुठेही येत नाही!' अजितची आणि माझी विचारपद्धती एकसारखी असल्यानं त्याला ही त्रुटी नेमकेपणानं जाणवली.

ॲटेनबरो असोत; की, आणखी कोणी : ते पर्यावरण ह्या विषयातले तज्ज्ञ असतीलही. तथापि, त्यांचा दृष्टिकोण हा नमुनेदार 'पाश्चात्त्य' असतो. पर्यावरणाच्या समस्यांवरची त्यांची उत्तरं वैज्ञानिक, तांत्रिक, व्यवस्थापकीय अशी असतात. जे काही करायचं ते 'बाहेर'. खरी समस्या 'आत' आहे, हे त्यांना कळतच नाही! बाह्य उपायांनी समस्यांचं फक्त 'स्थानान्तर' होतं; योग्य जीवनदृष्टी→योग्य जीवनध्येय →योग्य जीवनशैली ह्या मार्गानंच समस्या 'सुटू' शकतात, हे त्यांना समजतच नाही. मूळ समस्या 'माणसांचे सातत्यानं वाढणारे उपभोग' ही आहे; ती विशिष्ट दृष्टिकोण आणि वर्तन ह्यांतून उद्भवलेली आहे, हे ही मंडळी लक्षातच घेत नाही. 'माणसाचे उपभोग मुळात कमी होणं' हा जो खरा उपाय, तो सोडून बाकी काहीही करण्याची त्यांची तयारी असते.

म्हणजेच, टॉलस्टॉयच्या वरच्या कथेतल्या गलेलठ्ठ माणसासारखंच हे आहे. खरी गरज आहे ती त्यानं त्या दुबळ्या माणसाच्या खांद्यावरून खाली उतरण्याची. पण, तो तेवढं सोडून बाकी काहीही करायला तयार आहे!

म्हणूनच, अजितनं एवढा सविस्तर परिचय करून देऊनही, तो माहितीपट मला मुळीच पाहावासा वाटत नाही. माझं थोडंसं मारुतीसारखं आहे : सीतेनं त्याला मोत्यांचा हार दिल्यावर, त्यानं त्यातला प्रत्येक मोती फोडून आत 'राम' आहे का हे बघितलं! ॲटेनबरोंचा माहितीपट हा मोत्यासारखा देखणा, भारी, वगैरे असेलही : त्यात 'संयमित उपभोगा'च्या संदेशाचा 'राम' नसेल, तर माझ्यासाठी तरी त्याची किंमत शून्यच आहे!

८८

हातसडीचे तांदूळ

'हातसडीचे तांदूळ' ही केवळ एक वस्तू नसून, ती एक जीवनदृष्टी कशी आहे हे सांगणारं, मे २०१६च्या अंकाचं हे संपादकीय.

समाजामध्ये सातत्यानं जी नवनवी 'फॅडं' येत असतात, त्यांपैकी एक म्हणजे 'हातसडीचे तांदूळ'. आमच्याकडे कुडावळ्यात येणारे अनेक शहरी पाहुणे; तसंच शहरांत राहणारे आमचे अनेक स्नेही/परिचित हे आमच्याकडे अशा 'हातसडीच्या तांदळा'ची चौकशी करत असतात. आमची गुंठाभरही शेती नसली, तरी मी त्या सर्वांना 'होऽऽ, मिळतील की' असं तोंड भरून आश्वासन देतो. पण, त्या 'हो'ला काही 'अटी लागू' असतात; त्या अशा :

❑ ज्यांत कृत्रिम रंग, परिरक्षकं (प्रिझर्व्हेटिव्ह) घातलेली आहेत; किंवा जे अति-प्रक्रियित आहेत, असे कोणतेही खाद्यपदार्थ तुम्ही इत:पर खायचे नाहीत. ❑ पाव, केक, इ. कोणतेही मैद्याचे पदार्थ खायचे नाहीत. ❑ शीतपेयं पिण्याचं पूर्णपणे बंद करून घरी बनवलेली ताजी सरबतंच प्यायची. ❑ पेट्रोल/डीझेलवर चालणारं वाहन इत:पर वापरायचं नाही. पायी चालायचं किंवा फार तर सायकल वापरायची. ❑ स्वत:चे कपडे आपल्या हातानंच धुवायचे. यंत्रात वा बाईला टाकायचे नाहीत. ❑ घरातली ग्राइंडर, मिक्सर, फूड प्रोसेसर ह्यांसारखी यंत्रं काढून टाकायची, अन् त्याऐवजी पाटा-वरवंटा, खलबत्ता, रगडा, इ. वापरायचं. ❑ ताक हातानं रवी घुसळून करायचं. ❑ घरातले पंखे काढून टाकून वाळ्याच्या पंख्यानं हातानं वारा घ्यायचा...इत्यादि.

* * *

'हातसडीचे तांदूळ' ही केवळ एक वस्तू नाही : ती एक मनोवृत्ती आहे; एक जीवनदृष्टी आहे. शेती आणि शेतमालावरील प्रक्रिया ह्या निसर्गाची हानी न करता करणं, असा तीमागचा विचार आहे. दुसरा आयाम आहे श्रमाधारित जीवनशैलीचा. तिसरा आहे आरोग्याचा. भात यंत्रावर सडताना जास्त 'पॉलिश' केलं, तर तो तांदूळ पांढरा दिसतो खरा; पण, त्यातलं बहुतांश सत्त्व कोंड्याच्या रूपानं निघून जातं. ते जाऊ नये, म्हणून ते हातानं उखळात कांडायचे. दाण्यांवर शिल्लक असलेल्या

कोंड्यामुळे लालसर दिसणारा तो तांदूळ सत्त्वयुक्त असतो.

पांढरा तांदूळ जास्त काळ टिकतो : म्हणजे त्यात बाजारपेठेची सोय आहे. बाजारपेठेला आरोग्य आणि पर्यावरण ह्यांच्या रक्षणात काडीचाही रस नसतो. तिचा नागडा स्वार्थ असतो पैसे कमावण्यात. हातसडीचा तांदूळ सत्त्वयुक्त असल्यानं त्याला कीड लवकर लागते. (नि:सत्त्व अन्न खायला ती काही बुद्धिमान माणसासारखी मूर्ख नसते!) त्यामुळे इकडे कोकणातली पूर्वीची पद्धत अशी की, दर पंधरा दिवसांनी भात कांडायचं. आधी 'घरटा'त (मोठं जातं) त्याचं टरफल काढून टाकायचं, नि मग ते 'करट' उखळात घालून मुसळानं कांडायचं. हलकंसं कांडलं की, थोडासा कोंडा वेगळा होऊन तांदूळ शिजायला सोपा होतो. हा कोंडा पाखडून वेगळा करायचा, नि कांडताना पडणाऱ्या कण्यांबरोबर दळून भाकरीच्या पिठात मिसळायचा. तेवढंही सत्त्व वाया घालवायचं नाही.

ही सारीच प्रक्रिया किती आरोग्यस्नेही आणि निसर्गस्नेही आहे पाहा : भात पिकवायचं ते सेंद्रिय पद्धतीनं. त्यातून माणूस, गुरं आणि जमीन ह्या सगळ्यांचंच आरोग्य टिकून राहतं. हातानं सडतानाही त्यातलं सत्त्व टिकवून ठेवण्याचा प्रयत्न. श्रमांमधूनही आरोग्याची प्राप्ती. ह्या सगळ्यासाठी कोणतीही उत्पादित ऊर्जा न वापरल्यानं पर्यावरणाचीही जपणूक. उत्पादन आणि प्रक्रियांचं क्षेत्र स्थानिक. त्यामुळे वाहतुकीसाठीच्या ऊर्जेचीही बचत, नि त्याही मार्गानं पर्यावरणाचं रक्षण.

'हातसडीचे तांदूळ' ही निव्वळ वस्तू नसून तो एक 'विचार' आहे; ती एक 'मनोवृत्ती' आहे; एक 'जीवनदृष्टी' आहे असं मी म्हणतो, ते ह्या सगळ्यामुळे. 'हातसडीचे तांदूळ मिळतील का' असं आम्हाला विचारणाऱ्यांच्या मनात हा व्यापक, एकात्म असा विचार नावालाही नसतो. ते आरोग्याची हानी करणारे विविध पदार्थ खाण्याचं थांबवणार नसतात; श्रमाधारित जीवन जगण्याची आणि जीवनातला उत्पादित ऊर्जेचा वापर घटवण्याची त्यांची जराही तयारी नसते. हा विरोधाभास त्यांच्या लक्षात

'हातसडीचे तांदूळ' ही केवळ एक वस्तू नाही : ती एक मनोवृत्ती आहे; एक जीवनदृष्टी आहे. शेती आणि शेतमालावरील प्रक्रिया ह्या निसर्गाची हानी न करता करणं, असा तीमागचा विचार आहे. दुसरा आयाम आहे श्रमाधारित जीवनशैलीचा. तिसरा आहे आरोग्याचा. 'हातसडीचे तांदूळ मिळतील का' असं आम्हाला विचारणाऱ्यांच्या मनात हा व्यापक, एकात्म असा विचार नावालाही नसतो.

आणून देण्यासाठी मी वरीलसारख्या अटी त्यांना घालतो.

* * *

हा विषय मनात येण्याचं कारण म्हणजे ह्याच अंकातला सिक्कीमच्या सेंद्रियीकरणाविषयीचा लेख. त्यातल्या 'सेंद्रियीकरणा'विषयी मला काहीच म्हणायचं नाहीये. मला म्हणायचं आहे ते त्या लेखाच्या शेवटच्या भागाविषयी : सेंद्रिय उत्पादनांच्या 'मार्केटिंग'विषयी. सिक्कीमच्या सेंद्रिय उत्पादनांचं इंग्लंडमध्ये आणि दिल्लीत 'मार्केटिंग' करणाऱ्या दोन संस्थांचा त्यात उल्लेख आहे : 'ऑरगॅनिक सिक्कीम' आणि 'पर्वत फूड्स् प्रा. लि.'. ह्या मंडळीची मनोवृत्ती 'बाजारवादी' आहे—जराही 'सेंद्रिय' नाही—असं मला वाटलं. स्थानिकता, ऊर्जारहितता हे सेंद्रियतेचे अपरिहार्य असे सहकारी भाव आहेत. त्यांना तिलांजली देऊन सेंद्रियता कशी काय असू शकते? कुठे सिक्कीम, नि कुठे दिल्ली-इंग्लंड! सिक्कीमचा भाजीपाला-फळं-धान्यं दिल्लीला का म्हणून विकायची? दिल्लीतले पैसेवाले लोक आपापल्या जीवनात कोणती 'सेंद्रियता' पाळतात, म्हणून त्यांना हा सेंद्रिय शेतीमाल हवा? 'हातसडीचे तांदूळ'वाल्यांसारखाच हा भंपकपणा आहे.

अलीकडे 'सेंद्रिय' हे एक चलनी नाणं झालेलं आहे. कशालाही तो शब्द लावला की, भरमसाठ भाव लावण्याची मोकळीक. असे भरमसाठ पैसे कमावणं हेच मुळात 'सेंद्रियते'च्या विरोधी आहे, हे आपण लक्षात घेतो का? सेंद्रियता म्हणजे निसर्गाच्या साथीत धान्यं, भाज्या, फळं ह्यांचं—प्रामुख्यानं स्वत:च्या गरजांकरता—उत्पादन घेणं. ते उत्पादन 'सेवनाकरता' असलं पाहिजे : 'विकण्याकरता' नव्हे. म्हणजे ते विकूच नये असं नव्हे; पण, हेतू तो नसावा. गावातल्या सगळ्यांच्या गरजा भागण्यासाठी गावपातळीवर निसर्गस्नेही पद्धतीनं उत्पादन व्हावं; जे जास्तीचं उत्पादन आहे त्याची वस्तु-विनिमयाच्या पद्धतीनं गावातच देवाण-घेवाण व्हावी, ही आदर्श स्थिती. त्यानंतर जे उरेल, त्यातून थोडी फार अर्थप्राप्ती व्हायला हरकत नाही.

सिक्कीमचं (किंवा अन्य कुठेही) सेंद्रियीकरण होताना तिथली मनोवृत्ती, किंवा जीवनदृष्टी अशी सेंद्रिय होताना दिसत नाही. अनेकदा शेतकऱ्यांमध्ये ती असतेही; पण, 'मार्केट'-मनोवृत्तीची मंडळी त्यांना भरपूर पैशांचं आमिष दाखवून चुकीच्या मार्गाला नेते. सेंद्रियता हे त्यांच्या लेखी एक निव्वळ 'USP'—Unique Selling Proposition—असतं. माल खपवण्याचा एक मंत्र. एक तंत्र. सिक्कीमचा माल दिल्लीत खपवला तर १० पट पैसा मिळतो; 'एक्स्पोर्ट' केला तर ५० पट—बस्! 'सेंद्रिय भाजीपाला विमानानं परदेशी पाठवणं' ह्यातला ढळढळीत अंतर्विरोध तिच्या आकलनक्षमतेच्या बाहेर आहे.

अशीच दुसरी मंडळी म्हणजे राजकारणी. ती बोलणार एक नि करणार त्याच्या नेमकं उलटं. गंगटोकला जाऊन पहिलं सेंद्रिय राज्य बनल्याबद्दल मोदी सिक्कीमचं

कौतुकही करणार; नि त्याच वेळी दुसरीकडे गेल्या वर्षी यूरिआचं २४५ लक्ष टनांचं विक्रमी उत्पादन झाल्याचा डंकाही पिटणार! अन् तरीही यूरिआची आयात करावी लागते, म्हणून त्याचं उत्पादन आणखी वाढवण्याच्या योजना आखणार! एकीकडे सिक्कीमचं कौतुक; दुसरीकडे सेंद्रिय शेतीला प्रोत्साहन देण्याच्या घोषणा, नि तिसरीकडे रासायनिक खतांची उत्पादनवाढ आणि त्यांवरची अनुदानं कायम ठेवण्याची धोरणं ह्यांची सुसंगती कशी लावायची? एकाच वेळीं हे सर्व करण्यासाठी एक वेगळ्याच प्रकारची कातडी लागते, हे मात्र खरं!

सध्या सेंद्रिय शेतीला बरे दिवस येण्याची लक्षणं दिसताहेत, ही चांगलीच बाब आहे. पण, ती शेती, तो माल आपण पुन्हा प्रचलित जीवनवैशिष्ट्यांच्याच दावणीला बांधणार असू, तर आपण खऱ्या सेंद्रियतेपासून दूरच राहू. म्हणूनच 'सेंद्रियता' हे फॅड न राहता, ते जीवनशैलीचं पायाभूत तत्त्व बनायला हवं. केवळ वस्तू नव्हेत; तर सारं जीवनच सेंद्रिय बनायला हवं. समाज, राष्ट्र हे त्या स्थितीला केव्हा पोहोचेल हे ठाऊक नाही; पण, आपल्या वैयक्तिक आणि कौटुंबिक जीवनात त्या दृष्टीनं परिवर्तन करणं हे आपल्याच हातात आहे, नाही का?

८९

भास आणि भान

भास-भानाच्या दोन पातळींच्या आधारें, 'आत्म'भानावर येणाची आवश्यकता प्रतिपादन करणारं, सप्टेंबर २०१७च्या अंकाचं हे संपादकीय.

गेल्या दोन महिन्यांत 'ब्लू व्हेल' ह्या खेळानं वृत्तपत्रं-नियतकालिकांची बरीच पानं व्यापली. मुंबईतल्या एका चौदा वर्षांच्या मुलानं त्या खेळातलं शेवटचं 'आव्हान' म्हणून आत्महत्या केली आणि हा खेळ अचानकपणे प्रकाशात आला. अशा असंख्य आभासी खेळांनी लहान-मोठ्यांना सध्या व्यसन लावलेलं आहे.

'ब्लू व्हेल'च्या निमित्तानं जे मार्गदर्शनपर लिखाण ठिकठिकाणी छापून आलं, त्यातले २-३ मुद्दे मला लक्षणीय वाटले. पहिला म्हणजे 'माणसं ह्या व्यसनांच्या का

आधीन होतात'. त्याचा संबंध मेंदूतल्या रसायनांशी आहे. ह्या खेळांमुळे वास्तव जगाचा विसर पाडणारी, काल्पनिक आनंद निर्माण करणारी रसायनं मेंदूत स्रवतात. तो आनंद हळूहळू त्या खेळांच्या व्यसनाकडे नेतो. माणसं भासमय जगातच राहू लागतात. तेच हवंहवंसं वाटू लागतं. दुसरा मुद्दा होता, तो 'ह्या व्यसनातून बाहेर पडण्यासाठी काय करावं लागेल' हा. आनंद मिळत असला, तरीही तो आभासी आहे; त्यासाठी वास्तवापासून दूर जाऊन काल्पनिक आणि आभासी विश्वात किती रमायचं असा विचार करून प्रत्येकानं भानावर येणं हाच त्यावरचा एकमेव उपाय असल्याचं विविध लेखकांचं (एक-)मत होतं. पालकांनी मुलांमध्ये हे वास्तवाचं भान जागृत करण्याची आवश्यकताही सर्व तज्ज्ञांनी प्रतिपादित केली होती.

हे सर्व विचारमंथन, सल्ले योग्यच आहेत ह्यात शंका नाही. कोणाही व्यक्तीनं 'भासा'त न जगता 'भाना'वर येणं हे केव्हाही आवश्यकच.

आता ह्या ठिकाणी आपण ह्या चर्चेला असलेला 'ब्लू व्हेल'चा; किंवा, कोणत्याही भ्रमणभाषीय, संगणकीय खेळाचा संदर्भ सोडून देऊ आणि तिचं हे सार जरा वरच्या पातळीवर नेऊ.

म्हणजे असं की, मोबाईल-संगणकावरचे असे खेळ आणि वास्तव जग ही 'भास आणि वास्तव' ह्यांची एक पातळी आहे. 'ह्या खेळांच्या भासमान जगातून वास्तवात या' असं जे कोणी म्हणतात-सांगतात, ते स्वत: वास्तवात आहेत, भानावर आहेत असं मानलं जातं. पण, मुळात, हेच कितपत खरं आहे?

हा प्रश्न विचारण्याचं कारण असं की, एकीकडे अनेक तत्त्वज्ञ, आणि दुसरीकडे अनेक अणुगर्भवैज्ञानिक ह्यांच्या मतें, आपण ज्याला 'वास्तव' म्हणतो, तोही एक 'भास'च आहे! संगणकीय खेळ आणि सभोवतालचं (वास्तव) जग ही भास-भानाची एक पातळी झाली. पण, ज्याला आपण 'वास्तव जग' म्हणतो ते, आणि 'खरं वास्तव'(!) अशी भास-भानाची आणखी एक पातळी आहे, असं ह्या दोन्ही मंडळींचं म्हणणं आहे!

गंमत अशी की, भास-भानाची पहिली पातळी आपण सर्व जणच मान्य करतो; पण, ही दुसरी पातळी मान्य करण्याची मात्र आपली तयारी नसते. असं होण्याला कारण आहे 'वैज्ञानिक विचारसरणी'; किंवा, 'वैज्ञानिक दृष्टिकोण'. वैज्ञानिक विचार-सरणीचा पाया घालताना देकार्ते नावाच्या विचारवंतानं 'जे दिसतं, मोजता येतं, तेच खरं : बाकी सर्व खोटं' अशी भूमिका मांडली. 'अभिजात पदार्थविज्ञाना'चा हा पाया आहे. म्हणूनच, 'सभोवार दिसणारं विश्व' हेच विज्ञानवादी आणि विज्ञाननिष्ठ ह्यांच्या साठी 'सत्य' आहे; 'वास्तव' आहे.

पण, ह्या विज्ञाननिष्ठांच्या दुर्दैवानं, आधुनिक पदार्थविज्ञान ह्याच्या नेमक्या विरुद्ध निष्कर्षाला आलेलं आहे. माणसाच्या इंद्रियांच्या विशिष्ट रचनेमुळे, आणि त्यांच्या

मर्यादांमुळे सभोवतालचं विश्व आपल्याला अमुक एका प्रकारे 'दिसतं' : वास्तवात ते तसं नाहीच! अणू, आणि त्यांपासून बनलेल्या सर्व वस्तू भरीव 'भासतात' : वस्तुतः त्या पोकळ आहेत! झाडांची पानं माणसासाठी हिरवी असतात : रंगज्ञान नसणाऱ्या सजीवांसाठी तीच 'रंगीत' नसून काळी-करडी असतात! माणसाला समोरचा माणूस हा हाडामांसाचा दिसतो : डॉल्फिन माशांना मात्र तोच सोनोग्राफीत दिसेल तसा दिसतो! माणसाला विमानातून दिसणारी खालची पृथ्वी, आणि त्याच उंचीवरून एखाद्या गरुडाला दिसणारी तीच पृथ्वी वेगळी असते! सारांश, आपण ज्याला 'वास्तव', 'खरं' असं म्हणतो, तो ही, 'खरं म्हणजे', एक 'भास'च असतो. आपण स्वप्नात असतो, तेव्हा आपल्याला स्वप्नातलं ते वास्तव 'खरं'च वाटत नाही का? स्वप्नातून जागे होतो, तेव्हाच काय ते आपल्याला ते 'वास्तव' हा 'भास' होता, हे कळतं.

अगदी ह्याचप्रमाणे आपण जागेपणीं ज्या 'वास्तवा'त असतो, तोही एक 'भास'च आहे, असं तत्त्वज्ञ, ऋषिमुनी, संत सांगतात. ह्या भासालाच म्हटलं जातं 'माया'. शंकराचार्य म्हणतात :

रज्ज्वां भुजङ्गम इव प्रतिभासितं वै।

—दोरीवर सापाचा भास व्हावा, तसा आपल्याला हे विश्व असल्याचा 'भास' होतो!

अन् म्हणूनच हे सर्व जण आपल्याला ह्या 'भासा'तून 'भाना'वर यायला सांगतात : पालक आपल्या मुलाला भासमान संगणकीय विश्वातून भानावर यायला सांगतात, अगदी त्याचप्रमाणे. पालकांना ज्याप्रमाणे आपल्या मुलांविषयी प्रेम वाटतं, जिव्हाळा वाटतो, कळकळ असते; भासातच रममाण होऊन त्यांच्या जगण्याची (अन् मरण्याचीही!) चिंता वाटते; त्याचं भलं व्हावं असं वाटतं, अगदी तसंच ह्या सगळ्या संतांना मायिक विश्व हे सत्य मानून जगणाऱ्या; त्यातले आनंद, दुःख, क्रोध, लोभ, मोह हे खरे मानणाऱ्या माणसांविषयी वाटतं. ते 'भाना'वर असल्यानं आपल्याला ते ह्या 'भासा'तून बाहेर पडायला सांगतात.

हे भान म्हणजे 'आत्म'भान. आपण म्हणजे देह नसून आत्मा आहोत हे ज्ञान होणं म्हणजेच 'वास्तवा'चं भान येणं.

आपण जितके जितके भास-भानाच्या ह्या वरच्या पातळीवर जाऊ, तितकी तितकी आपल्याकरता आणि बाह्य निसर्गाकरता चांगली स्थिती निर्माण होते, हा हे भान येण्याचा सर्वांत महत्त्वाचा लाभ. ज्याप्रमाणे संगणकीय खेळातल्या व्यक्तीला तो खेळ खेळताना आनंद होतो; पण, वस्तुतः तो विनाशक, विकृत असतो; तसंच, दैनंदिन जीवनातले विविध आनंद देखील अंतिमतः विनाशकच असतात. जेवढे ते अधिक मिळवू जावेत, तेवढी त्या व्यक्तीच्या शरीर-मनाची अधिकाधिक हानी होत जाते. (नि बाह्य निसर्गाचीही.) मेंदूतली तीच रसायनं माणसाला 'उपभोगांच्या व्यसना'कडे

नेतात, नि 'ब्लू व्हेल' खेळणाऱ्याप्रमाणेच हा भोगी माणूसही क्रमशः स्वतःला संपवत जातो. 'जग हे बंदीशाला' ह्या गीतात म्हटल्याप्रमाणे 'सुटकेलाही मन घाबरते' अशी त्याची स्थिती होऊन जाते; आणि मग 'जो आला तो (भासातच) रमला' असं होऊन सारी मानवजातच ह्या विनाशक खेळात रमून जाते. म्हणूनच गीता सांगते :

विषयांतील जे भोग ते दुःखासचि कारण।
येती जसे तसे जाती विवेकी न रमे तिथे।।

उपभोगांतले सारे आनंद क्षणिक असतात, भासमान असतात. सापेक्ष असतात. म्हणूनच विवेकबुद्धी वापरून, अशा भोगानंदात न रमता जो आनंद शाश्वत, सत्य, निरपेक्ष असा आहे, त्याचा अनुभव घेण्याचा प्रयत्न करायचा. दिवस-महिने-वर्षंच नव्हेत; तर, जन्मोजन्मीं करण्याची ही 'साधना' असते.

विवेकबुद्धी शाबूत असणाऱ्या पालकांनी आपल्या मुलांना संगणकीय खेळांच्या भासातून भानावर तर आणायचं आहेच; पण, स्वतःही भासमान आनंदांमधून हळूहळू बाहेर पडून आत्मभानजन्य आनंदाकडे जायचं आहे, आणि मुलांनाही न्यायचं आहे. पहिल्या प्रकारात जसा पाल्य-पालक-संवाद आवश्यक असतो, तसाच दुसऱ्या प्रकारातही त्या क्षेत्रातल्या जाणकारांबरोबरचा नित्य संवाद आवश्यक असतो. असा जाणकार जर व्यक्तिरूपानं उपलब्ध नसेल, तर गतकाळातल्या जाणकारांनी निर्माण करून ठेवलेलं भरपूर वाङ्मय उपलब्ध आहे. तिथे कदाचित 'संवाद' होणार नाही; पण, तिथून मार्गदर्शन निश्चितच मिळेल. अन् ह्या कशावरही विश्वास, श्रद्धा नसली, तरी हरकत नाही : आपण स्वतःच्या विवेकानंही भानावर येऊ शकतो.

ह्या भानाचं व्यावहारिक सुफल म्हणजे 'साधी राहणी'. केवळ तशीच जीवनशैली 'निसर्गस्नेही' असते. तिची सदैवच आवश्यकता असल्यानं माणसांचं हे भान जागं

विवेकबुद्धी शाबूत असणाऱ्या पालकांनी आपल्या मुलांना संगणकीय खेळांच्या भासातून भानावर तर आणायचं आहेच; पण, स्वतःही भासमान आनंदांमधून हळूहळू बाहेर पडून आत्मभानजन्य आनंदाकडे जायचं आहे, आणि मुलांनाही न्यायचं आहे. ह्या भानाचं व्यावहारिक सुफल म्हणजे 'साधी राहणी'. आपण जितके जितके भास-भानाच्या ह्या वरच्या पातळीवर जाऊ, तितकी तितकी आपल्याकरता आणि बाह्य निसर्गाकरता चांगली स्थिती निर्माण होते, हा हे भान येण्याचा सर्वांत महत्त्वाचा लाभ.

होण्याची, जागृत असण्याची आवश्यकताही सदैवच असते.

'ब्लू व्हेल'च्या निमित्तानं आपलं हे भान जागं होण्याची प्रक्रिया सुरू झाली, तर 'वाइटातूनही चांगलं' असं म्हणता येईल.

१०

पुन्हा मूळ वाट । पायाखाली ।।

माणसाची 'मूळ वाट' ही उपभोगवादी जीवन जगण्याची नसून, निसर्गाच्या सान्निध्यात राहून आत्मसाक्षात्काराकरता साधना करण्याची आहे; हे सांगणारं जानेवारी २०१७च्या अंकाचं हे संपादकीय.

ग.सं.मधून 'निसर्गस्नेही जीवनशैली'चा विचार वाचकांपुढे सातत्यानं ठेवला जातो. अशी जीवनशैली ही सर्वच दृष्टिकोणांतून उचित आहे. आम्ही ती अधिकाधिक आचरणात आणण्याचा प्रयत्न इथे कुडावळ्यात करतो आहोतच. गेल्या दशकभरात असे प्रयत्न करणाऱ्यांचं प्रमाण काहीसं वाढलेलंही दिसतंय.

'अशी जीवनशैली चांगली, उचित का' हे सांगणारा प्रदीपकुमार माने ह्यांचा 'हिरवी राने, तरुण मने' हा लेख 'सकाळ'च्या १५ डिसेंबरच्या अंकात वाचायला मिळाला. त्याचा सारांश असा :

संशोधकांना असे आढळते आहे की, निसर्गात राहिल्यामुळे थकवा तर दूर होतोच; पण, मेंदूची क्षमता आणि सर्जनशीलताही वाढते. सतत शहरात राहिल्यामुळे येणारा ताण कमी होतो आणि मानसिक स्वास्थ्य मिळते. मेंदूतला 'प्रीफ्रंटल कॉर्टेक्स' हा भाग विश्रांत झाल्याने त्याला आणि शरीराला विश्रांती मिळते. मनाला आनंद मिळतो. 'कॉर्टिसॉल' ह्या तणाव निर्माण करणाऱ्या संप्रेरकाचे प्रमाण कमी होते. हृदयाचे ठोके आणि रक्तदाब ह्यांवरही आरोग्यदायी परिणाम दिसून येतात.

जपानी संशोधकांच्या म्हणण्यानुसार मेंदू आणि शरीराचे अवयव हे पाने, फुले, निसर्ग ह्यांवर प्रक्रिया करण्यासाठी उत्क्रांत झाले आहेत : शहरांतल्या

इमारती आणि वाहतूक ह्यांच्याशी ते रुळलेले नाहीत. इंग्लंडमध्ये असे आढळले की, शहराच्या हिरवळ असणाऱ्या भागात राहणाऱ्या लोकांचे आरोग्य हे इमारतींनी गजबजलेल्या भागात राहणाऱ्यांपेक्षा जास्त चांगले आहे.

—ही तथ्यं निश्चितच योग्य असली, तरी त्या तथ्यांप्रत येण्यासाठी इतकी वैज्ञानिक उठाठेव का करावी लागते, हे मला कळत नाही. दहा सहस्र लोकांचं सलग १८ वर्षं संशोधन करून निष्कर्ष काय निघाला, तर हिरवळी असलेल्या शहरी भागांतल्या लोकांचं मानसिक स्वास्थ्य चांगलं राहतं! असं काही वाचलं की, 'हातच्या काकणाला आरसा कशाला' ही म्हण आठवते. निसर्गाच्या सान्निध्यात मन शांत होतं हा अनुभव सर्वांनाच येतो. पण, हल्लीच्या 'वैज्ञानिक दृष्टिकोण'वादी जनतेला ती सापेक्ष, व्यक्तिनिष्ठ अनुभूती पुरेशी नसते : ती बाब वस्तुनिष्ठपणे सिद्ध झाली की, त्यांना बरं वाटतं. (अशा 'संशोधना'तून संशोधकांचीही पोटं भरतात, नि त्यामुळे त्यांनाही बरं वाटतं!)

असो; आपण मूळ विषयाकडे येऊ. माणसाला निसर्गाच्या सान्निध्यात जर बरं वाटतं; तर मग प्रश्न असा की, माणसं शहरं सोडून निसर्गाच्या कुशीत राहायला का नाही जात? स्वत:ला येणारा अनुभव आणि त्यामागचं विज्ञान समजल्यावरही आपण ताण, चिडचीड, रक्तदाब हे सर्व वाढवणाऱ्या शहरांतच का राहतो? निसर्गाकडे जाणारं घोडं नेमकं कुठे अडतं?

'निसर्गायण शिबिरां'च्या वेळी आमची अनेकांशी ह्या बाबत चर्चा होते. मांडलेली 'थिअरी' सर्वांना पटते. पण, ती प्रत्यक्षात आणायचा विचार सुद्धा लोकांना करवत नाही. शहर सोडून खेड्यात राहायला जाणं ही कल्पना कितीही रोमँटिक वाटली तरी 'मला हे जमणार नाही' ह्याविषयी ते ठाम असतात. 'शहरांत राहून आम्हाला काय काय करता येईल तेवढं सांगा' असा त्यांचा जणू आदेशच असतो.

शहरांत राहूनही निसर्गाची हानी कमी करणाऱ्या खूप काही कृती करता येतात हे खरंच आहे : पाणी-बचत, वीज-बचत, इंधन-बचत, प्लॅस्टिकचा वापर/कचरा कमी करणं, सौरचुलींचा वापर, ओल्या कचऱ्याचं बाल्कनीतच खत, गच्चीवरली बाग... बरंच काही. पण, मुळात 'शहरात राहणं' ही बाबच पराकोटीची ऋणात्मक आहे. ह्या साऱ्या कृतींतून फार तर काही ऋण गुण कमी होतील, एवढंच. त्यातून धनात्मकता कशी येणार? सिमेंटच्या इमारती, डांबर/सिमेंटचे रस्ते, वाहनं, रूळगाड्या, विमानं, भगभगीत प्रकाश, आवाज, उजाडपणा, धावपळ, चिंता... हे जोवर टळत नाही, तोवर काहीही कितीही केलं, तरी जीवनशैली निसर्गस्नेही कशी होणार?

मग, ह्यावरचा उपाय म्हणून—त्या लेखात म्हटल्याप्रमाणे—शहरांत हिरवळींचे पट्टे निर्माण करायचे, किंवा चार दिवस 'ट्रेकिंगला' किंवा 'बीचवर' जायचं. ह्यातून आपली परानुकंपी चेतासंस्था (Parasympathetic Nervous System) कार्यरत

होऊन, प्रीफ्रंटल कॉर्टेक्स शांत होऊन तणावमुक्ती होते हे खरं; पण, ह्या कृतींमुळे पुन्हा निसर्गाची हानीच होते, त्याचं काय? कारण, 'पर्यटकांच्या सोयीसाठी' म्हणून पर्यटनस्थळींही सर्वत्र सिमेंटच्याच इमारती उभ्या राहणार; त्या वातानुकूलित असणार; डांबरी/सिमेंटचे रस्ते आणि वाहनतळ तयार होणार; प्लॅस्टिकच्या बाटल्यांतूनच शुद्ध पाणी दिलं जाणार; त्यांचे आणि दारूच्या बाटल्यांचे ढीग तिथे साचणार; आपण कार काढूनच शेकडो किलोमीटर प्रवास करणार. ह्या सगळ्यामुळे कर्बोत्सर्ग वाढून जागतिक तापमानवाढीत भरच पडणार! अन् हे सगळं करून ताजंतवानं व्हायचं ते कशासाठी? —तर, परत आल्यावर निसर्गाला लुबाडण्याचेच उद्योग नव्या जोमानं करण्यासाठी!

मग, त्यापेक्षा, त्या लेखात शेवटी उल्लेखिलेल्या प्रयोगाप्रमाणे, आपल्या घरातच 'व्हर्च्युअल निसर्ग' निर्माण करणं हे कमी हानीकारक ठरेल : घरांच्या सर्व भिंतींना निसर्गदृश्यांचे 'वॉल-पेपर' चिकटवायचे नि पक्ष्यांच्या किलबिलाटाची कॅसेट चालू ठेवायची!

पाडगावकर 'पळवाट' ह्या कवितेत म्हणतात : 'नको प्रकाशाची वाट, नको अमृताची वाट। फक्त हवी पळवाट, नवी नवी पळवाट!' चार दिवस—छे! तेवढा तरी वेळ कुठाय? फक्त सॅटरडे-संडे!—निसर्गाच्या सान्निध्यात जाणं, किंवा सिमेंटच्या खुराड्यात आभासी निसर्ग उभारणं ह्या साऱ्या पळवाटा आहेत. बाजारपेठ आपल्या नफेखोरीसाठी त्यांचाही फायदा घ्यायला टपून बसलेलीच आहे!

ह्याच बाजारपेठेनं काही भ्रम हेतुपूर्वक जोपासले आहेत : शहरांत राहणं म्हणजे विकसित, उच्च दर्जाचं जीवन; शहरांत सर्व 'ॲमेनिटीज् आणि फॅसिलिटीज्' असतात; शहरांत सुरक्षितता असते; करमणुकीच्या/शिक्षणाच्या सोयी असतात; आरोग्य-सुविधा असतात... वगैरे, वगैरे. मग, हे सगळं असूनही 'स्ट्रेस' का वाढतोय? खेड्यांपेक्षा शहरांत मधुमेहाचं किंवा हृद्रोगांचं प्रमाण अधिक का? अपघातांत मरणाऱ्यांचं काय? झोपडपट्ट्यांत राहणाऱ्यांचं काय? गुन्हेगारी-व्यसनाधीनतेचं काय? हिंसेचं काय?

—ह्या सगळ्यात काही तरी गफलत आहे, हे आपण लक्षात घेणार की नाही? कुणी सांगितलं शहरांतलं जीवन म्हणजे चांगलं जीवन? कुणी सांगितलं की तिथे 'सेफ्टी' आहे? कुणी सांगितलं की, खेड्यात राहणं 'रिस्की' आहे? अन् 'रिस्क' कुठे नाही : मुंबईत नाही? दिल्लीत नाही? अमेरिकेत नाही?

घोडं अडलंय ह्याला कारण आहे हे स्वनिर्मित भय. शिवाय लोभ. शहरी जीवनाची चटक. हे सर्व आपलं आपणच दूर करायला हवं. ह्यांच्या पायीं आपण आपलीही आयुष्यं पोखरतोय नि आपल्या मुला-नातवंडांचीही. त्यांचं जिणं आपण अधिक अवघड आणि अधिक वाईट बनवतोय : कारण, जगताना आपण निसर्गालाच संपवतोय–विषारी बनवतोय!

रामदास म्हणतात : सुखालागि आरण्य सेवीत जावे! त्यांना झालेला हा बोध हा

आपल्याला केव्हा होणार? अगदी अरण्य सोडून देऊ; पण, किमान निसर्गाच्या अधिक जवळ असं जीवन तरी आपण जगायला लागणार की नाही?

सुधीर मोघ्यांची निसर्गाविषयीची एक फार सुंदर कविता आहे. ते म्हणतात :

निसर्गासारखा । नाही रे सोयरा । गुरु, सखा, बंधू । मायबाप ।।
त्याच्या कुशीमध्ये । सारे व्यापताप । मिटती क्षणात । आपोआप ।।
त्याच्या संगतीत । फिटतो संदेह । वितळतो क्षोभ । माया, मोह ।
त्याच्या संकीर्तनीं । मुरविता देह । भेटतो उजेड । अंतर्बाही ।।
त्याच्या स्मरणाने । प्रकाशते मन । उजळते जग । क्षणकालीं ।।
स्थिरावते पुन्हा । चळलेले चित्त । पुन्हा मूळ वाट । पायाखाली ।।

—माणसाची 'मूळ वाट' ही निसर्गाच्या सान्निध्यात राहून आत्मसाक्षात्काराकरता साधना करण्याची आहे. विज्ञानान्ध होऊन आपण ती सोडली नि सारे जण जडवादी-उपभोगवादी बनलो. उद्योगीकरण-शहरीकरण ही चुकलेल्या वाटेवरची स्टेशनं आहेत. कितीही 'पळवाटा' शोधल्या, तरी पुन्हा आपण चुकीच्याच रुळांवर येणार. त्यातून ना आंतरिक पर्यावरणातल्या समस्या सुटणार आहेत, ना बाह्य पर्यावरणातल्या.

उपाय एकच : मनातल्या भीतीवर, लोभावर सुबुद्धपणे, विवेकानं मात करून पुन्हा 'मूळ वाटेवरून' चालू लागणं!

ते खरं 'निसर्गायण'!

परिशिष्ट

विचार-सार

२००१ ते २०२१ ह्या २० वर्षांत ग.सं.मधून 'सम्यक् विकासा'च्या व्यापक चौकटीत अनेक विषय मांडले गेले. त्यांचं हे थोडक्यात सार.

जीवनदृष्टी

सध्या प्रभावी असलेली पाश्चात्त्य, जडवादी जीवनदृष्टी ही एकांगी, ऱ्हस्व, संकुचित, विखंडित अशी असल्यानं, सर्व समस्यांचं कारण बनलेली आहे. जीवनदृष्टी 'सम्यक्' हवी. भौतिक, भावनिक, वैचारिक आणि आध्यात्मिक अशा सर्व अंगांचा विचार तीत हवा. भारतीय आध्यात्मिक जीवनदृष्टी ही सर्वांगीण, व्यापक, एकात्म आणि दीर्घकालीन हिताचा विचार करत असल्यानं तिचा स्वीकार आवश्यक आहे.

जीवनध्येय

जीवनदृष्टी पाश्चात्त्य असल्यानं सध्याचं जीवनध्येय हे अर्थार्जन, उपभोग आणि संग्रह ह्यांच्या उच्चतमीकरणाचं आहे. ते सर्वनाशक असल्यानं सर्वथैव त्याज्य आहे. 'सम्यक् विकासाच्या आठही अंगांनी सर्वतोभद्र विकास' हे जीवनध्येय हवं. 'अर्थ' आणि 'काम' हे नाकारायचे नसले, तरी त्यांना 'धर्मा'चं—सर्व व्यवस्था टिकून राहण्याचं—बंधन असलं पाहिजे. त्यासाठी व्यक्तीचं जीवनध्येय 'मुक्ती'—जाणिवेचा विस्तार—हे असायला हवं. ह्यातून अर्थार्जन, उपभोग आणि संग्रह ह्यांचं इष्टतमीकरण होईल.

जीवनशैली

जीवनशैली ही 'सम्यक् विकासा'च्या आठही अंगांच्या बाबतीतली सुस्थिती टिकून ठेवणारी—धारणाक्षम—हवी. भौतिक आणि आध्यात्मिक अशा दोन्ही गरजांची पूर्ती तीमधून संतुलितपणे, अविरोधानं व्हायला हवी. भोग न नाकारता; पण, त्यांचा अतिरेकही न करता; संयमितपणे, पण, रसिकतेनं जीवन जगायचं. संतोष आणि संयम ह्यांचा सुंदर समन्वय कुशलतेनं साधणारी जीवनशैली हवी. एका व्यापक अर्थानं ती 'निसर्गस्नेही' असेल.

विकास-संकल्पना

प्रचलित विकास-संकल्पना ही प्रामुख्यानं भौतिक, आर्थिक आहे. उपभोग, उत्पादन आणि एकूण राष्ट्रीय उत्पन्न (GDP) ह्यांमधली सातत्यपूर्ण वाढ; त्यांचं उच्चतमीकरण ह्याला 'विकास' म्हटलं जातं. ही बाब आंतरिक आणि बाह्य अशा दोन्ही पर्यावरणांचा अक्षरश: विध्वंस करत आहे. विकासाची योग्य संकल्पना म्हणजे 'सम्यक् विकासा'ची : चार आंतरिक; तसंच, चार बाह्य स्तरांवरचा विकास एकसमया-

वच्छेदेकरून होणं. 'विकास' म्हणजे मूलत: 'आध्यात्मिक'च विकास. 'साध्य' ते आहे. उपभोग हे 'साधन' आहे : 'साध्य' नाही.

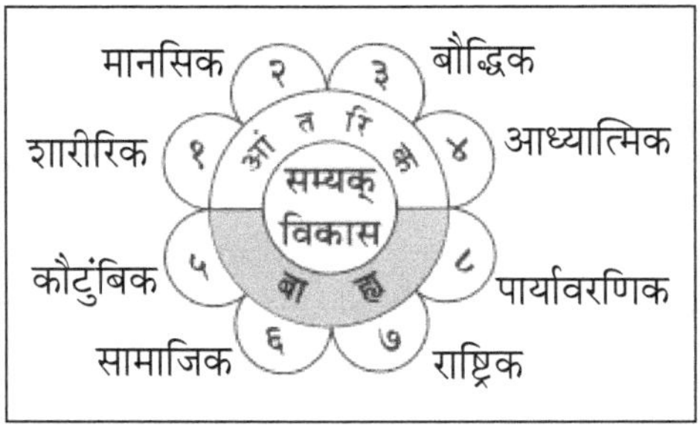

विचारपद्धती

सध्या 'वैज्ञानिक' विचार-पद्धतीला अतिरेकी महत्त्व देण्यात आलेलं आहे. ही विचारपद्धती जड (अजीव) पदार्थ आणि यांत्रिक प्रणाली ह्यांच्या अभ्यासासाठी निश्चितच उपयोगी आहे. तथापि, जेव्हा ती सजीव वस्तू आणि सेंद्रिय प्रणाली ह्यांना लागू केली जाते, तेव्हा फक्त समस्याच निर्माण होतात. मानवी शरीर-मन, शेती, वनं, पर्यावरण ह्यांच्या समस्यांचा आज जो स्फोट झालेला आहे, तो नेमक्या ह्या कारणामुळे. त्यामुळे, सजीव वस्तू आणि सेंद्रिय प्रणालींचा विचार हा 'प्रणाली सिद्धान्ता'च्या आधारे केला गेला पाहिजे. विचारपद्धती गतिमान हवी.

अर्थशास्त्र

सध्याचं अर्थशास्त्र हे अत्यंत चुकीच्या, घातक, भ्रामक अशा संकल्पनांवर उभारलेलं आहे. GDPसारख्या एखाद्याच—आणि त्याही चुकीच्या, लबाड—निकषाच्या आधारे 'विकासा'चं मोजमाप करण्यातूनच आजच्या प्राय: सर्व समस्या उद्‌भवलेल्या आहेत. ह्या अर्थशास्त्राचं जोखड तत्काळ झुगारून देऊन वास्तव, निसर्गाशी सुसंवादी, नैतिक, एकात्म अशा एखाद्या विचारपद्धतीचा स्वीकार व्हायला हवा.

संसाधनं

सध्याची सर्व व्यवस्था ही अ-नवीकरणक्षम संसाधनांवर अवलंबित आहे. ही संसाधनं मर्यादित आहेत, संपणारी आहेत. त्यामुळे, त्यांच्यावर आधारित उत्पादन–वितरण–विपणन–उपभोग ह्यांची व्यवस्था धारणाक्षम नाही. त्यामुळे, अ-नवीकरणक्षम संसाधनांवरचं अवलंबित्व जवळपास शून्य इतकंच हवं. सारी उत्पादन-उपभोगपद्धती ही केवळ नवीकरणक्षम संसाधनांवरच आधारित हवी.

ऊर्जा

सध्याच्या प्राय: सर्व ऊर्जाही अ-नवीकरणक्षम आहेत. त्यांचे मूलस्रोत झपाट्यानं घटत आहेत; तसंच,प्रदूषणही मोठ्या प्रमाणावर होत आहे. एंट्रॉपी अतिरेकी प्रमाणात वाढत आहे. त्यामुळे, सूर्य ह्या अक्षय्य, आणि वनस्पती ह्या नवीकरणक्षम ऊर्जेवरच सर्व जीवन चालायला हवं.

तंत्रज्ञान

समस्यांची सोडवणूक, अनुद्‌भव ह्यांसाठी आधुनिक तंत्रज्ञानाकडून समुचित

आणि प्राथमिक तंत्रज्ञानांकडे जायला हवं. यंत्रांऐवजी उपकरणं; बाह्य ऊर्जाऐवजी श्रम ही योग्य दिशा असेल. 'संपूर्ण स्वयंरोजगार' हे आणखी एक ध्येय तंत्रज्ञानाला जोडता येऊ शकेल.

शेती

शेती ही आधुनिक, औद्योगिक, व्यापारी, नफ्यासाठीची... अशी असूच शकणार नाही. ती माणसं आणि पशूंच्या गरजा भागवणारी; स्थानिक; रेखीय नव्हे तर चक्रीय, रासायनिक नव्हे तर जैविक अशी हवी.

स्वास्थ्य

उपचारात्मक प्रयत्नांकडून प्रतिबंधात्मक प्रयत्नांकडे, नि तिथून विधायक स्वास्थ्या-कडे जायला हवं. स्वास्थ्याची संकल्पना ही सम्यक् विकासाच्या आठही आयामांशी जोडलेली, एकात्म अशी हवी.

विकासनीती

राष्ट्राची विकासनीती ही वरील दृष्टिकोणावर आधारित असली पाहिजे. 'राष्ट्ररक्षणा'चा अर्थ 'सीमांचं रक्षण' एवढाच संकुचित न घेता, 'राष्ट्रातील सर्व संसाधनं, ऊर्जास्रोत ह्यांचंही भावी पिढ्यांकरता रक्षण, संवर्धन' असा व्यापक घ्यायला हवा. कोणाचंही शोषण होऊ नये; कोणावरही वसाहतवाद गाजवला जाऊ नये; विषमता न्यूनतम राहावी... अशाही बाबींची सुनिश्चितता व्हायला हवी.

राष्ट्ररचना

सध्याची 'औद्योगिक-शहरी' राष्ट्ररचना मोडीत काढावी लागेल. त्या जागीं 'ग्रामीण-कृषिमूलक' रचना असावी लागेल. शेती, पशुपालन, ग्रामोद्योग, कुटीरोद्योग ह्यांच्या आधारें लोकांचं जीवन चालेल. तो समाज हा उपभोक्ता-उत्पादक समाज (prosumer society) असेल. शक्य तितकं स्वावलंबन, गरजेनुसार परस्परावलंबन, परस्परहिताचा दृष्टिकोण, विकेंद्रित रचना, सर्वाधिक सत्ता गावसमाजाकडे... अशी ह्या रचनेची काही वैशिष्ट्यं सांगता येतील.

ह्या वैचारिक-व्यावहारिक पायावर लिहिलेले, 'गतिमान संतुलना'च्या
वीस वर्षांतील निवडक संपादकीय लेख, 'बदलू या जीवनशैली'च्या
३ भागांत आपण वाचले.
आता अपेक्षा आणि आवश्यकता आहे, ती ह्या विचारांनुसार करण्याच्या
आपल्या जीवनशैलीतील परिवर्तनाची.

__दिलीप कुलकर्णी__ हे नाव 'विकास', 'पर्यावरण' ह्या विषयांशी गेल्या चार दशकांपासून अतूटपणे जोडलेलं आहे.

१९७८मध्ये अभियांत्रिकीची पदविका (DME) प्राप्त केल्यावर १९८४पर्यंत त्यांनी पुण्याला 'टेल्को'त नोकरी केली. शिक्षणाच्या आणि नोकरीच्या ह्या काळातच ग्रामायन, ग्राहक पंचायत ह्या संस्थांमध्ये कार्यकर्ता म्हणून त्यांनी काम केलं.

१९८४मध्ये नोकरी सोडून, ते विवेकानंद केंद्र (कन्याकुमारी) ह्या संस्थेचे पूर्ण वेळ कार्यकर्ते बनले. संस्थेच्या मराठी प्रकाशन विभागाचं दायित्व त्यांनी स्वीकारलं. 'विवेक विचार' ह्या चौमासिकाचे ते संपादक होते.

१९९३पासून पर्यावरण 'जगण्या'साठी कोकणातल्या एका खेड्यात ते सहकुटुंब स्थायिक झाले आहेत.

१९८०पासून विविध वैचारिक आणि सामाजिक विषयांवर ते व्याख्यानं देत आहेत. मराठी आणि इंग्रजीत त्यांनी विपुल स्फुट- आणि ग्रंथ-लेखन केलेलं आहे.

२००१-२२ ह्या काळात त्यांनी 'गतिमान संतुलन' ह्या मासिकाचं संपादन-प्रकाशन केलं.

२००५पासून 'निसर्गायण शिबिरां'च्या माध्यमातून ह्या विचारधारेचा ते पत्नीसह प्रसार करत आहेत.

२०१०मध्ये त्यांनी पहिलं 'पर्यावरण साहित्य-संमेलन' दापोलीत आयोजित केलं.

ग्रंथसंपदा

निसर्गायण *
पर्यावरणाचा मूलगामी आणि
एकात्म विचार

हसरे पर्यावरण *
विद्यार्थ्यांसाठी संवाद-शैलीतलं पुस्तक

दैनंदिन पर्यावरण *
खुसखुशीत शैलीतील १०१
कृति-कणिका

अणु-विवेक *
अणूच्या महाभयंकर, विनाशकारी
वास्तवाची पुराव्यांसह माहिती

सम्यक् विकास *
मानवजातीला खऱ्या विकासाकडे
नेणाऱ्या मार्गाचा शोध

वेगळ्या विकासाचे वाटाडे *
विकासाचा सुयोग्य मार्ग दाखविणाऱ्या
पाच विचारवंतांच्या विचारांचा परिचय

सौर आरोग्य *
व्यक्ती, परिवार, समाज आणि पर्यावरण
ह्या स्तरांवरील आरोग्याचा एकात्म विचार

ऊर्जा-संयम *
स्वास्थ्य आणि पर्यावरणासाठी संयमित
ऊर्जा-वापराच्या जीवनशैलीची मांडणी

बदलू या जीवनशैली (३ भाग) *
'गतिमान संतुलना'च्या २० वर्षांतील
निवडक संपादकीयांचं संकलन

हरित साधक (संकलित) *
स्वास्थ्य, आंतरिक विकास आणि
पर्यावरण-संतुलन ह्यांसाठी जीवनशैलीत
परिवर्तन केलेल्या असामान्य सामान्यांचा
परिचय

भूतान आणि क्यूबा *
ह्या दोन देशांच्या आगळ्यावेगळ्या
विकासनीतीचा परिचय

गांधी उद्यासाठी (संपादित) *
आपल्यापुढच्या आजच्या समस्यांना गांधी-विचारांच्या मंथनातून उद्यासाठी उत्तरं शोधण्याचा प्रयत्न

स्वप्नामधील गावां... *
खेड्यामधल्या २५ वर्षांच्या निसर्गस्नेही जीवनाचं अनुभवकथन आणि विश्लेषण

विकसित भारत : अमेरिकी; की, आध्यात्मिक?*
भारताच्या भावी विकासाच्या वाटेचा शोध

विकासस्वप्न
नवी जीवनदृष्टी देणारी विचारकथा

पर्यावरण घरोघरीं
थोडक्यात; पण, संपूर्ण, वैचारिक आणि व्यावहारिक मांडणी करणारी पुस्तिका

विज्ञान, धर्म आणि पर्यावरण
ह्या तिनांमधील संबंधांचा ऊहापोह

दहन की दफन (संपादित)
जिवंतपणीच करण्याचा विचार

हापूसचे खरे रंग (संपादित)
हापूसच्या वास्तवाचं विदारक दर्शन

आकार जीवनाला
युवांना सुयोग्य जीवनध्येयाकडे घेऊन जाणारा संवाद

जोपासना घटकत्वाची
प्रणाली-दृष्टिकोणाची पर्यावरणाच्या परिप्रेक्ष्यात मांडणी

अमंगल कार्यं (संपादित)
सध्याच्या कार्यांचं अमंगल स्वरूप, आणि त्यांचे मंगल पर्याय

जीत-जीत खेळ
दैनंदिन जीवनातील सर्व कृती 'जीत-जीत' कशा होतील ह्याचं मार्गदर्शन

हरित संकल्पना
१८ पर्यावरणीय संकल्पनांचा परिचय

एकादश व्रतं आणि पर्यावरण
गांधीजींच्या एकादश व्रतांवर पर्यावरणाच्या दृष्टिकोणातून प्रकाश

मृत्युदूत मोबाईल (संपादित)
मोबाईलच्या घातकतेचं डोळे उघडणारं दर्शन

एंट्रॉपीची लक्ष्मणरेषा (संपादित)
निसर्गातील अत्यंत महत्त्वाच्या-पण-दुर्लक्षित नियमाची माहिती

विधायक दिवाळी (संपादित)
दिवाळीला विधायक वळण देण्यासाठीचं मार्गदर्शन

गीते निसर्गस्नेहाची
पर्यावरणविषयक गीते

हरित-संदेश
घोषवाक्यांसारख्या संदेशांतून पर्यावरणीय कृतींकडे लक्ष वेधणारी पुस्तिका

Ahead to Nature
'निसर्गायणा'चं इंग्रजी रूपांतर

'Saffron' Thinking – 'Green' Living
हिंदुत्वाच्या पर्यावरणीय परिमाणाचं प्रतिपादन

Green Messages
'हरित संदेशा'चं इंग्रजी रूपांतर

अन्य

जगदीशचंद्र बसू (चरित्र) *
वैदिक गणित (भाग १ ते ४)

* ह्या सर्व ग्रंथांचे प्रकाशक 'राजहंस'.

www.ingramcontent.com/pod-product-compliance
Lightning Source LLC
LaVergne TN
LVHW051117051026
849532LV00004BB/1580
9789390324484